அன்னக்கிளி

வல்லிக்கண்ணன்

Title: Annakili

Author: Vallikannan

Language: Tamil

First Published on: 1962

Year of Publication: 2024

Book Format: Paperback

*Page Size: 6inch * 9inch*

Category: Fiction

Subject: Novel

No. of pages: 130

ISBN: 978-81-990238-8-8

Published by: Nilan Publishers, Madurai, Tamilnadu, India

பொருளடக்கம்

குறிப்புகளுக்காக

முன்னுரை

சில வார்த்தைகள்

'ராஜா ராணி கதை'களுக்கு மக்களிடம் என்றுமே அதிகமான செல்வாக்கு உண்டு. குழந்தைப் பிராயத்தில் பாட்டி, தாத்தா, அம்மா, மற்றும் சுவையாகக் கதை சொல்லத் தெரிந்தவர்கள் வாய் மூலம் இத்தகைய கதைகளைக் கேட்டுக் கேட்டு உள்ளூற வளர்ந்து வருகிற ஒரு விருப்பம், பெரியவர்களான பிறகு சரித்திரக் கதைகளிடம் விசேஷமான மோகமாகப் பரிணமித்து விடுகிறது போலும். அதனால்தான், பெரும்பாலோருக்கு 'சரித்திரக் கதைகள், நாவல்கள்' என்று சொல்லப்படுகிற கற்பனைகள் மீது அதிகமான ஈடுபாடும் ரசனையும் ஏற்படுகிறது என்று நான் நினைக்கிறேன்.

அன்றாட வாழ்க்கையின் வறட்சி கனவு உலகத்தின் குளுமையான பசுமையில் இனிமை காணத் தூண்டுகிறது. நிகழ்கால வாழ்வின் வெறுமையும், சாரமற்ற போக்கும், சாதாரணமான நிகழ்ச்சிகளும் சரித்திர நாயகர்களின் கற்பனை வீரர்களின் அசாதாரண மனிதர்களின் வீர தீர சாகசச் செயல்களில் ஒரு வியப்பையும் நிறைவையும் கண்டு மகிழும்படி மனித உள்ளத்தைத் தயார்படுத்தி விடுகின்றன.

சாதாரண மனிதர்கள் கூட அசகாய சூரத்தனங்கள் செய்து பிறர் கவனத்தைக் கவரவேண்டும் என்று ஆசைப் படுகிறார்கள். செயல் திறம் இல்லாதவர்கள் கனவுகளில் லயித்து இன்பம் அடைய முயல்கிறார்கள். அல்லது, பிறரது கற்பனை படைக்கும் சுவையான அளப்புகளில் மகிழ்வு காண்கிறார்கள். இந்த மனோபாவமே 'ஸ்டன்ட்', "ஸஸ்பென்ஸ்', கத்திச் சண்டை, மர்மச் செயல்கள்,

துப்பறியும் நிகழ்ச்சிகள் போன்ற சாகசங்கள் நிறைந்த நாவல்கள், தொடர் கதைகள், சினிமாப் படங்கள் முதலய வற்றில் மக்களுக்கு அதிக ஆர்வத்தை ஊட்டி வருகிறது.

வாசக உலகத்தின் பெரும் பகுதியினரது ஆசையை நிறைவேற்றுவதற்காகவே சரித்திர நாவல்களும்(வரலாற்று ஆதாரங்கள்,பெயர்கள் முதலியவற்றை ஓரளவுக்கு அடிப் படையாகக் கொண்டவை), சரித்திரக் கதை என்ற மேல் பூச்சு பெற்ற சுவையான கற்பனைக் கதைகளும் பிறக்க னாயின். இவ்விரண்டு ரகப் படைப்புகளும் தமிழ் மொழியில் மிகுதியாகவே தோன்றியுள்ளன. கதைச் சுவை, விறுவிறுப்பு, வளமான கற்பனை, மிடுக்கான நடை முதலியன இந்த ரக சிருஷ்டிகளுக்கு அதிகமான நயம் சேர்க்கும்.

'அன்னக்கிளி' எனும் 'சரித்திரக் கற்பனையும் இப்படி ஒரு தேவையைப் பூர்த்தி செய்வதற்காகப் பிறந்ததேயாகும். படிப்பதற்குச் சுவையான இந்த நவீனம் சிங்கப்பூர் 'தமிழ் முரசு' பத்திரிகையில் பிரசுரமாயிற்று. இவ்வாறு ஒரு சரித்திரக் கற்பனையை சிருஷ்டித்துத் தரும்படி தூண்டி, அதைத் தமது பத்திரிகையில் வெளியிட்டு எனக்கு உற்சாகம் அளித்த தமிழ் முரசு ஆசிரியருக்கு எனது நன்றி உரியது.

தனது லட்சியப் பாதையில் எதிர்ப்படும் சிரமங்களை எல்லாம் சகித்துக்கொண்டு, 'வெற்றி பெறுவது உறுதி என்ற நம்பிக்கையோடு தமிழுக்குத் தொண்டாற்றி வருகிற நண்பர் தோ. ந. வீரராகவன் அவர்கள் எனது முதல் சரித்திர நாவலாகிய "விடிவெள்ளி"யைப் பிரசுரித்த தோடு, 'அன்னக்கிளி'யையும் புத்தகமாக வெளியிட முன்வந்தது அவரது துணிச்சலையும், ஆர்வத்தையும், என்னிடம் அவர் கொண்ட அன்பின் உயர்வையும்

காட்டுகிறது என்றே நான் கருதுகிறேன். அவருக்கு எனது அன்பும் நன்றியும் என்றும் உரியன்.

திருவல்லிக்கேணி,
9-12-1962,

வல்லிக்கண்ணன்.

அன்னக்கிளி

1. பலகணி ஊடே பௌர்ணமி நிலவு

தமிழ் பிறந்த பொதிகை மலையிலே ஓங்கி வளர்ந்த மரங்கள் வெட்டி வீழ்த்தப்படாத காலம் அது.

கிண்கிணி ஆர்க்க எழில் நடை பயிலும் இளங்குமரி போல் சொகுசாக நெளியும் களங்கமில்லாப் பொருனை நதி தளர்ச்சி என்பதைக் கண்டறியாத காலம் அது.

தவழும் தென்றலுடன் மிதந்த தமிழிலே பாண்டியனின் புகழும் பெருமையும், வளமும் வலிமையும் முழங்கிக் கொண்டிருந்த காலம் அது.

புரண்டு குதித்துத் துள்ளி முன்னேறும் தாமிரவருணி அலை பொங்கிப் பாயும் கடலோடு கலக்கும் இடத்தருகே கொலுவிருந்த கொற்கை நகர் அழியாத காலம் அது.

புன்னை மொக்குகள் போலும் குண்டு மல்லி அரும்புகள். போலும் விளங்கிய முத்துக்கள் அந்நகரின் துறைமுகத்திலே குவியல் குவியலாக வாணிபமாகிக் கொண்டிருந்த காலம் அது.

கொற்கைப் பட்டினத்தின் கடலோரம் கலகலப்பும் தனி அழகும் நிறைந்ததாய் விளங்கியது. கடல் கடந்த நாடுகளிலிருந்து வந்த மரக்கலங்களும், வெளி நாடுகளுக்கு வாணியப் பொருள்களைச் ஏற்றிச் செல்லும் வணிகப் பெருமக்களின் நாவாய்களும், ஒயிலாக மிதக்கும் அன்னங்கள் போல் காட்சி தந்தன துறைமுகத்திலே. முதலைகள் போல் மிதந்தன சில

கலங்கள். அவற்றிலே பல நாட்டுக் கொடிகள் பட்டொளி வீசின.

மனித இனத்தின் பல ரகத்தினரும் அங்கு கூடி நடந்து பிரிந்து கொண்டிருந்தனர். நானாவித இசைக்கருவிகளின் ஒலிக்கூட்டம் போலும் அங்கு பல்வேறு மொழிகளும் மோதிக் குழம்பிக்கொண்டிருந்தன. முத்து வாங்க வந்த பிற நாட்டு மனிதர்களும், பொழுது போக்க அலைந்த உள் நாட்டு உல்லாசிகளும் அந்த இடத்தின் கலகலப்பை மிகுதிப்படுத்தினர்.

அப்போது மாலை நேரம். பாண்டி நாட்டு முத்துக்களுக்கு ஈடாகத் தனது பொற்செல்வத்தைக் கொடுக்க மனமில்லாத கஞ்சன் மாதிரி, செஞ்ஞாயிறு தன் கதிர்களை அள்ளி அவசரம் அவசரமாக மேல் திசைப் பெட்டியில் பதுக்கும் வேளை.

கதிரவனின் அம் முயற்சியில் சிந்திய ஒளிர் கற்றைகள் கொற்கையின் உயர்ந்த கட்டிடங்களையும், துறைமுகக்கொடி மரத்தின் உச்சியில் மின்னிய மீனக்கொடியையும், கடலோரத்தையும் பொன் மயமாக மாற்றின.

துறைதுகத்தருகே சிறிது பரபரப்பு ஏற்பட்டது. பாதைகளில் நின்றவர்கள் விலகி ஒதுங்கினர். அவர்கள் கண்கள் அவ்வழி வந்த இரு குதிரை வீரர்கள் மீது மோதின; நிலை பெற்று நின்றன.

கைதேர்ந்த சிற்பி செய்த சிலைகள் உயிர் பெற்று கடப்பன போல் வந்தன குதிரைகள். மினுமினுக்கும் கரியமேன், எடுப்பான உடல் அமைப்பு, கம்பீரப் பார்வை எறியும் அழகான கண்கள், நெற்றியில் அழகு தரும் திலகம் போல் வெள்ளை நிறம் இயற்கையாகவே

அமைந்து கிடந்தது. மண்ணை மிதித்து உதைத்து உந்தி எழுந்து விசையாய்ப் பாய்ந்து அவை முன்னேறும் நடையின் மிடுக் கும் நயமும், அப்பாய்ச்சல் எழுப்பிய ஒலியும் அச்சத்துக்கும் அதிசயத்துக்கும் வித்திட்டன. அவற்றின் மீதிருந்த இருவரும் ஆண்மையின் லட்சியங்கள்; வீரத்திரு உருவங்கள்.

அவர்கள் அவ்வூருக்குப் புதியவர்கள் என்றே தோன்றி யது. குதிரைகளை விரட்டி ஓட்டாது அமைதி நடையிலேயே செலுத்திச் சென்ற அவர்களது விழிகள் நகர் நயம் காணும் பொருட்டு ஓய்வின்றிச் சுழன்றன. துறைமுகத்தருகே நின்று கடலையும் கலங்களையும் நகர்ப்புறக் காட்சிகளையும் பருந்துப் பார்வையால் விழுங்கிய வீரர்கள், சாயும் சூரியனின் மஞ்சள் வெயிலில் அற்புதமான சிலைகள் போலவே காட்சி அளித்தனர். ஒரு கணம்தான். பிறகு அவர்கள் குதிரைகளைத் திருப்பிச் சற்று வேகமான நடையில் நகரினுள் புகுந்தனர்.

அவர்களைப்பற்றி, தங்களுக்குத் தோன்றியதைப் பேசி நின்றவர்கள் பின்னர் தத்தம் அலுவலில் ஈடுபட்டார்கள்.

அரச வீதி வழியாகச் சென்றன குதிரைகள். குதிரை வீரர்களை வேடிக்கைப் பார்த்து வாயில் விரல் வைத்து நின்றனர் சிறுவர் சிறுமியர். 'யார் இவர்?" என்று கவனிப்பவர் போல் கண்ணெறிந்தனர் பெரியோர். எதிர்ப்பட்ட பெண்கள் இயல்பாய் பார்த்துப் பின் அவர் தம் அழகை விழுங்க மண்டும் கண்களை ஏவினர். வீட்டு வாசல்படி மீது நின்று கவனித்து விட்டு, நாணுற்றவர் போல் உள்ளே ஓடிப்போய், ஜன்னலின் பின் மறைந்தும் மறையாமலும் நின்று பார்வை எறிந்தனர் மங்கையர் சிலர். மாடி அறைச் சாளரங்களின் பின்னே, திரைச்சீலை மறைப்பில் பதுங்கி என்று கண்டு களித்தனர் காரிகையர் சிலர்.

தங்கள் தோற்றம் பார்வை பலவற்றைக் கவர்ந்திழுக்கும் காந்தமாய் மிளிர்வதை உணர்ந்த பெருமை முகத்திலே ஓர் செய்ய, குதிரைகள் மீது எடுப்பாக அமர்ந்து பவனி சென்றனர் வீரர்கள் இருவரும்.

அவர்களில் ஒருவன் சிறு நகை சிந்தி மென் குரலில் சொன்னான், 'கவனித்தாயா திருமலை?' என்று.

'உம் உம்" என ஊமை ஒலியை இழையவிட்ட திருமலைக் கொழுந்துவின் கவனம் எங்கோ பதிந்திருந்ததால், அவன் குதிரையின் நடை தளர்ந்தது. சிறிது முன் சென்றுவிட்ட மற்றவன் திரும்பிப் பார்த்தான். நண்பனின் கண்ணோட்டத்தைக் கவனித்து, அவன் பார்வையின் குறியாக விளங்கிய பொருளையும் நோக்கினான். அவன் இதழ்களில் குறும்புப் புன்னகை நெளிந்து மறைந்தது. வெட்டி மடியும் மீன் வீச்சு போல,

ஓங்கி உயர்ந்து நின்ற மாளிகை மாடி ஒன்றின் பலகணி ஊடே தெரிந்தது ஒரு முகம். அது சுடர்தெறிக்கும் விழிகளால் திருமலையைக் கவனித்தது. திடுமெனப் பின் வாங்கியது.

பெருமூச்செறிந்த திருமலைக்கொழுந்து குதிரையை முடுக்கினான். தோழன் அருகே சேர்ந்ததும் 'என்னப்பா மருது! திடீர் யோசனையில் தவறி விழுந்து விட்டாய்? என்றான்.

மருது பாண்டியன் குறுநகை சிதறி, 'எனக்குக் கிரக்கம் தரும்படியாக எதுவும் நிகழவில்லை. நான் மயங்கி விழவுமில்லை' என்றான்.

'நிலவைக் கண்டாயா நண்பா?' என்று கேட்டான் திருமலை.

மருது சிரித்தவாறே சொன்னான். 'பஞ்சாங்கத்தின்படி இன்று அமாவாசை அல்லவா! நிலவை நான் எங்கு தேட? 'பலகணியின் பின்னே தெரிந்ததே பௌர்ணமி நிலவு, அதைச் சொல்கிறேன்.'

'ஓ, அதுவா?' என்ற மருது பாண்டியன் விஷமப் பார்வை சிந்தி, விளையாட்டாகப் பேச்சு உதிர்த்தான். செறிந்து கிடந்த கருமேகக் கூட்டத்தைக் காணும் பேறு தான் நான் பெற்றேன்!'

'குத்துகின்ற வைரக்கதிர்களை எறிந்த ஒளி மீன்களை நீ காணவில்லை?' என்று வினவினான் தோழன்.

'ஊகுங். உருகிப்பாய்ந்த ஒளிக்கோடுகளை ஏற்று நின்ற பசிக் கண்களைத்தான் பார்த்தேன். அவை திருமலையின் உடமை என்றும் உணர்ந்தேன்' என்று மருது அருவிச் சிரிப்பை அள்ளி தெளித்தான்.

திருமலைக்கொழுந்து நகைத்தான். 'வேடிக்கை போதும், மருது. அவள் யாராக இருக்கும்' என்று கேட்டான்.

'உன்னைப்போல நானும் இந்த ஊருக்குப் புதியவன் தான் பாண்டியா!' என்று குறும்பாகச் சொன்ன மருது, குதிரையைத் தட்டிவிட்டான். தூள் எழுப்பிப் புழுதியைப் பறக்க விட்டுப் பாய்ந்து முன்னேறியது புரவி.

திரும்பி நோக்கி வெறும் சாளரத்தைக்கண்டு ஏமாந்து தன் குதிரையையும் விரட்டி நண்பனைத் தொடர்ந்தான் திருமலைக்கொழுந்து.

2. ஜோடி தேடிய மாடப்புறா

இரவு. கொற்கையின் சிறப்புக்களை இருள் மூடி மறைத்துவிட முயன்றும், முழு வெற்றிபெற முடியாமல் இடந்தது.

வீதிகளின் மூலைக்கு மூலை தெரு விளக்குகள் எரிந்துக் கொண்டிருந்தன. அவை தங்களைச் சுற்றிலும் சிறிது ஒளி பரப்பினும், சூழ்நிலை இருட்டை அதிகப்படுத்திக் காட்டியது.

நேரம் அதிகமாகி வீதிகளில் ஜன நடமாட்டம் குறைந்தது. ஒளி கக்கும் பந்தங்களை ஏந்திய காவலாட்கள் மாத்திரம் அவ்வப்போது அங்குமிங்கும் திரிந்துகொண் டிருந்தனர்.

பல வீடுகளில் அமைதியும் இருளும் கவிந்து விட்ட போதிலும், சில பெரிய மாளிகைகளிளும் நிலையங்களிலும் ஒளி மிகையும் உவமைக் கூச்சலும் கோலாகல நடம் பயின்றன. இன்பத்தை விலைக்கு விற்பவர்களும் விலை கொடுத்துப் பெறக் காத்திருந்தவர்களும் எழுப்பிய கேளிக்கைக் கூச்சல்கள் சில பவனங்களிலே செல்வபோகத்தில் நீந்தி களிக்கும் சீமான்களும் சீமாட்டிகளும் சிதறிய உல்லாசக் கூவல்கள் சில இல்லங்களிலே. அங்கெல்லாம், விண்ணகத்தின் நட்சத்திரங்களோடு போட்டியிடுவன போல், அலங்கார விளக்குகள் எரிந்து கொண்டுதான் இருந்தன.

அம் மாளிகையிலும் விளக்குகள் கதிரொளி கக்கி மிளிரத் தவறவில்லை. சர விளக்குகளும் குத்து விளக்குகளும் வெள்ளியில் உருவாகி நெய்யில் மிதந்த திரிகள் மூலம்,

பொன் சுடர் தாங்கிக் குளுமையான ஒளியைப் பரப்பிக்கொண்டு எழிலுற்று விளங்கின.

மாடியின் விசாலமான அறையிலும் ஒளி நிறைந்து நின்றது. ஆனால், கண்களைக் கூசவைக்கும் அளவுக்கு அதிகமில்லை. குளுமை நிலவிய சூழல் அது. மணம் மிகுந்த கூடமும்கூட.

அழகுப் பெண்கள் உருவில் நின்றன சில விளக்குகள். நீந்தும் வெள்ளி மீன்கள்போல் தொங்கின சில. பறக்கும் அன்னம் போல அமைக்கப்பட்டு மஞ்சத்தின் அருகில் தொங்கிய விளக்கு மட்டும் தங்கத்தால் உருவாகித் தக தகத்தது.

அறையின் நடுவில் ஒரு பீடத்தில் மலர்ந்த தாமரை வடிவில் ஒரு பொற்பாத்திரம் இருந்தது. பொதிகை மலைச் சந்தனத்தில் பொடி செய்யப்பட்ட தூள் குவிக்கப்பெற்றிருந் தது அதில் அனல் இடப்பட்டிருந்ததால், அதிலிருந்து நறுமணம் புகையாய்க் கிளம்பி அறை முழுவதும் நிலைத்து நின்றது.

தொங்கிய அன்ன ஊஞ்சலில் ஒயிலாகச் சாய்ந்திருந்தாள் ஓர் அழகி. சுடரொளி வீசும் கூர் விழிகள் இப்போது மூடியும் மூடாமலும் சொக்கி நின்றன. அந்த முகத்தில் அழகை அதிகப்படுத்தும் ஒப்பனை சிரத்தையோடு செய்யப்பட்டிருந்ததாக விளக்கொளி வெளிச்ச மிட்டுக் காட்டியது.

பொற்சரிகை இட்ட வெண்துகில் மூடி மறைத்தது அவள் உடல் அழகை. எனினும், விம்மி நின்றும் சரிந்து படிந்தும் பெண்மைக்கு வசீகரமும் வனப்பும் தந்த அங்கங் கள் அவளது மேனி வளப்பத்தை, போர்த்த துகிலின்

துணையோடு, எடுப்பாகக் காட்டிக்கொண்டு தானிருந்தன.

நீண்டு அலை பாய்ந்து நெளி நெளியாய்ப் புரண்ட கருங்கூந்தலை அவள் அள்ளிச் சொருகி முடிக்கவுமில்லை பாம்புபோல் சடையாக முறுக்கிக் கட்டித் துவளவிடவுமில்லை. நீராடிவிட்டு உலரப்போட்டது போல் நீளத் தொங்க விட்டிருந்தாள். குழற்கற்றைகளில் சில கழுத்தின் இரு புறத்திலும் பிரிந்து, தோளுக்கு அணியாய்ப் புரண்டு கிடந்தன, பெரும் பகுதி பின்புறம் பரந்து படர்ந்திருந்தது.

அடுக்கிய தலையணைகள் மீது உடலின் மேல்பகுதியைச் சாய்த்து, ஊன்றிய ஒரு கையின் மீது தலையைத் தாழ்த்தி, கால்களை ஒய்யாரமாக மடித்து ஒடுக்கி, ஓய்ந்திருக்கும் மோகினி எனக் கொலுவிருந்தாள் அவள். சேலையின் ஒரு பகுதி அழகுத் தோரணம்போல் தொங்கியது. ஊஞ்சலின் அசைவுக்கு ஏற்ப, அது ஆடி அசைந்தது அவள் தோற்றத்தின் அழகையும் இனிமையையும் அதிகப்படுத்திக் காட்டியது.

அவளுக்கு வயது இருபத்தெட்டு ஆகிறது என்றாலும் அவளுக்குப் பதினெட்டு வயதுதான் என்று சொன்னால், யாரும் மறுக்க முடியாது. இளமை துளும்பும் கட்டழகுக் குமரியாகத்தான் காட்சி அளித்தாள்.

அவள் காதுகளில் தொங்கிய அணிகளும் கழுத்தை அலங்கரித்த நன்முத்து மாலையும் கைகளில் புரண்ட ஆபரணங்களும் அவளது செல்வ நிலையை மட்டுமின்றி ரசனை உள்ளத்தையும் உணர்த்துவனவாய்த் திகழ்ந்தன. தந்தத்திலே தமிழகத்துச் சிற்பி மலையாளத்துத் ஆக்கிய கொல்லிப்பாவை என மின்னினாள் அவள், கண் வீச்சினால் ஆடவர் நெஞ்சில் காம நஞ்சை விதைக்கும்

சக்தி பெற்றிருந்த அக் கோமளவல்லியின் பெயர் அமுதவல்லியாம்! தனது ஆசைக்கு உரியவர்களிடம் சிரித்துச் சிரித்துப் பேசி, அளப்பரிய இன்பம் அளிக்கும் தன்மை பெற்றிருந்த அச் சிற்றிடைச் சிங்காரி கிடைத்தற்கரிய அமுதம்தான் என எண்ணிப் பெருமூச்சு விடும் (மன்மதர் கள் எத்தனையோபேர் உண்டு அந்த வட்டாரத்திலே.

அமுதவல்லியிடம் அழகு இருந்தது; அறிவு இருந்தது; செல்வம் இருந்தது; அந்தஸ்து இருந்தது. வாழ்க்கையை, அது தரக்கூடிய சுகபோகங்களை எல்லாம் அனுபவிக்க வேண்டும் என்ற ஆசை அவளிடம் அதிகமாகவே இருந்தது. அதனால் அவள் புகழ் எங்கும் பரவியிருந்தது.

அமுதவல்லி வஞ்சக எண்ணத்தோடு வலைவீசிச் செல்பவர்களைக் கவர்ந்து இன்பமும் பணமும் பறிக்கத் திட்டமிடும் வஞ்சியல்ல. சகல பேர்களுடனும் சரசமாடும் சாகசக்காரியல்ல, ஒருவனுக்கே தன்னையும் தன் வாழ்வையும் தந்துவிடும் பண்பு பெற்ற உத்தமியும் அல்ல.

சிதைந்து சீரழிந்து கொண்டிருந்த பாண்டிய மன்னர் குலத்தில், பெரும்புகழ் எல்லாம் சரித்திரப்பெருமை என்று தேய்ந்துவிடச் சிறுகிச் சின்னபின்னப்பட்டு வந்த பாண்டிய நாட்டைத் துண்டு துண்டாகக் குறுக்கி ஆண்டு வந்த குறுநில மன்னர்கள் வகையைச் சேர்ந்த ஒரு குடும்பத்தில் பிறந்தவள் அவள். ஆகவே, அவளும் ஓர் அரசிளங் குமரிதான்.

பாண்டியர் ஆட்சி பலமிழந்து கொண்டிருந்தது. ராஜ குடும்பத்தைச் சேர்ந்தவர்கள் வீரத்தை, வலிமையை, வளத்தைப் போற்றி வளர்ப்பதற்குப் பதிலாகக் கேளிக்கை களையும் உல்லாசப் பொழுது

போக்குகளையும் வளர்ப்பதில் ஆர்வங்காட்டி வந்தார்கள்.

அமுதவல்லியிடமும் அந்தக்குணங்கள் படிந்திருந்தன. தனது உள்ளம் கவரும் வனப்பும் வலிமையும் பெற்ற ஆணழகரை அவ்வப்போது தன் அந்தப்புறத்தில் அனுமதிக்க அவள் கூசியதில்லை. அவள் கடைக் கண்ணின் இன்னருள் பெற்றவர்களில் ஒருசிலரே அவளின் நீடித்த அன்பைப் பெற முடிந்தது. அடிக்கடி காதலரை மாற்றிக் கொள்ளும் புதுமை மோகம் பெற்றவள் அவள்.

அன்று இரவில் அமுதவல்லி ஆசையோடு எதிர்பார்த்திருந்தாள் அழகன் ஒருவனை. அவள் கண்வீசி நாட்கள் அநேகம் ஓடிவிட்டன. ஆயினும் அவன் அவளது எல்லையை விட்டு விலகி விலகியே சென்று கொண்டிருந்தான். அது தான் அவளுக்கு மிகுந்த வருத்தம் அளித்தது. அதனையே அவன் அவன்மீது கொண்ட ஆசையும் அதிகரித்தது. 'அவரை எப்படியும் வெற்றி கொள்வேன்' என்று உறுதி பூண்டிருந்தாள் அந்த அழகி.

அப்பொழுது இரவில் நாழிகை அதிகமாகியிராது. எனினும் நகர் ஏதோ மாயமந்திரத்தில் கட்டுண்டதுபோல் ஓய்ந்து ஒடுங்கிவிட்டது.

ஊஞ்சலில் அசைந்து கொண்டிருந்த அழகி மெல்லக் குரல் எழுப்பினாள் 'அன்னக்கிளி'! என்று.

'அம்மா' என்று பதில் அளித்தபடி வந்து நின்றாள் ஒரு யுவதி. அவள் தோற்றமும் உடையும் அலங்காரிக்கு முற்றிலும் நேர்மாறானவள் இவள் என்பதைப் பளிச்செனக் காட்டின.

அன்னக்கிளி அப்பொழுதே பூத்த புதுமலர் போல் புனிதத் தோற்றம் பெற்றிருந்தாள். அவள் பார்வையிலோ உடையிலோ பிறரை மயக்கடிக்கும் கவர்ச்சி இல்லை. எளிமையும் இனிமையும் காணப்பட்டன. அவள் அழகியின் உறவினளாகவோ, ஆதரவில் வளரும் எளிய பெண்ணாகவோ இருக்கலாம் என்பதை அவளது பணிவும், ஒடுக்கமும் விளம்பரப்படுத்தின. இயற்கை எழிலும், இளமைச் சிறப்பும் அவளுக்கு நல்ல அணிகளாக அமைந்திருந்தன. அவள் முகம் ஒளிவீசும் எழிற் பூ; அவள் விழிகள் குறு குறுக்கும் கருவண்டுகள்; அவள் நெற்றி புது நிலவின் வில் தோற்றம்; அவள் உதடுகள் சாறு நிறைந்த கனிச் சுளைகள்; அவள் கன்னங்கள் கண்ணாடி; அவள் பேசினால் கவிதை ஒலிக்கும்; சிரித்தால் அருவியின் கலகலப்பு கேட்கும். திட்டங்களிடும் சூது மதியோ, கள்ளம் பயிலும் உள்ளமோ பெற்றிராதவள் அவள். அதை அவள் விழிகள் கூறும்; குழந்தைச் சிரிப்புக் குமிழியிடும் இதழ்கள் சொல்லும்.

தென்றலென ஓசையின்றி வந்த அன்னக்கிளி பெரியவளின் பேச்சை எதிர்நோக்கி நின்றாள்.

'அந்தக் கடிதத்தை அவரிடம்தானே கொடுத்தாய் அன்னக்கிளி?' என்று அமுதவல்லி கேட்டாள்.

'ஊங்' என்று தலையசைத்தாள் அன்னம்.

அப்போது இளமாறன்கூட யார் யார் இருந்தார்கள்?

'ஒருவருமில்லை அம்மா. அவர் தனியாகத்தான் இருந்தார். அவர் தனியாக இருக்கும் வேளை பார்த்து, அவர் கையிலேயே அதைக் கொடுக்கவேண்டும் என்று

நீங்கள் சொல்லி அனுப்பியபடியே செய்தேன் அம்மா' என்று இளையவள் தெரிவித்தாள்.

'அவர் ஒன்றுமே சொல்லவில்லையாக்கும்??

'இல்லை,அம்மா. அவர் ஏதாவது சொல்லுவார் என்று எதிர்பார்த்து நான் நின்றுகொண்டிருந்தேன். ஏன் நிற்கிறாய்? நீ போகலாமே என்று அவர் என்னை அனுப்பி விட்டார்.

இதே பதிலை அன்னக்கிளி பெரியவளிடம் இதற்கு முன்பே இரண்டு, மூன்று முறை சொல்லிவிட்டாள். ஆயினும் அலுத்துக்கொள்ளாமல், சிடுசிடுக்காமல், முகம் சிணுங்காமல் சொன்னதையே சொல்லவேண்டிய அவசியம் அவளுக்கு ஏற்படுவது புதிய நிகழ்ச்சி அல்ல பொறுமையின் அணி அவள். மேலும் அவ்விதம் பணிந்து செயல் புரிய வேண்டிய நிலையில் இருந்தாள் அவள்.

ஒரு பக்கமாகச் சாய்ந்து கிடந்த அமுதவல்லி தனது ஒப்பார இருக்கையை மாற்றிக்கொண்டு திரும்பி மல்லாந்து சரித்தாள். அவள் கண்கள் மாடி முகட்டில் பதிந்துவிட்டன. மீண்ட பெருமூச்சு உயிர்த்தாள் அவள்.

அன்னக்கிளி அங்கு நின்றதையே அவள் மறந்து விட்டாள் என்று தோன்றியது. ஆனால் அவள் பண்பை அறிந்திருந்த அன்னம் அங்கிருந்து நகரவில்லை. பதுமை எனக் காத்து நின்றாள்.

சில கணங்கள் ஊர்ந்தன.

அமுதவல்லி வாய் திறந்தாள். 'சரி விளக்குகளை எல்லாம் அணைத்துவிடு. இந்தப் பொன் விளக்கு மட்டும் எரியட்டும். மற்றவற்றை நிறுத்திவிடலாம்' என்றாள்.

அன்னக்கிளி சிங்காரியின் விருப்பத்தை நிறைவேற்றினாள். அழகு மயிலென அசைந்தும் துவளும் கொடி எனக் குனிந்தும் விளக்குகள் தோறும் சென்று ஒளிக்கதிர் அறுவடை செய்தாள். சுடர்கள் இருளின் வயிற்றிலே ஒடுங் கவும். முன்பு அறையில் நிலவிய வெளிச்சம் குறைந்து மெலிந்து, ஒற்றை விளக்கின் திரியில் குடிபுகுந்தது.

'நீ போய்ப் படுத்துக்கொள்ளலாம். எந்தச் சமயம் யார்வந்து கதவைத் தட்டினாலும் யார், ஏன் என்று கேளாது திறந்து இங்கே வரவிடு. இந்த இரவுக்கு மட்டுமே இக் கட்டளை' என மொழிந்தாள் அழகி.

அன்னக்கிளியின் முகத்தில் புன்னகை சிறு நிலவாய் ரேகையிட்டது. கோடிட்ட சுவடு தெரியாமல் மறைந்தும் விட்டது. "ஆகட்டும் அம்மா!" என்று சொல்லி அங்கிருந்து அகன்றாள் அவள்.

அமுதவல்லி உறக்கம் கொள்ளாமல் புரண்டு கொண்டிருந்தாள். "அவர் வருவாரா, வராமலே இருந்து விடுவாரா?" என்ற எண்ணத்தை வைத்துத் தறி அடித்தது அவள் மனம். 'அவருக்கு ஏன் இவ்வளவு கல்நெஞ்சு? நான் கெஞ்சிக் கெஞ்சி அழைத்தும் அவர் புறக்கணிப்பது போல் நடந்துகொள்கிறாரே, ஏன்?' என்று அலுத்துக் கொண்டது.

நேரம் ஓடியது.

அழகி ஆவலுடன் எதிர்நோக்கிய இளமாறன் வருவதாகத் தோன்றவில்லை. அவளுக்கு ஏக்கமும், துக்கமும், ஆத்திரமும் பொங்கி வந்தன. ஊஞ்சலிலிருந்து இறங்கி அங்குமிங்கும் நடந்தாள். சாரளத்தின் ஓரம் நின்று, ஆள்

அரவமற்ற வீதிகளை வெறித்து நோக்கினாள். அனல் மூச்சு உயிர்த்தாள்.

"இளமாறன் என்னை ஏமாற்றத் துணிந்தான்போலும்! இது ஆபத்தான விளையாட்டு என்பதை அவன் உணர வில்லை போலும்! கோபம் கொண்டுவிட்டால் அமுதவல்லி விஷக் கன்னியாக மாறுவாள் என்பதை அவன் அறியான் போலும்!" என்று குமுறினாள் அவள்,

அவளுக்குத் தூக்கம் வரவேயில்லை. ஊஞ்சல் அருகில் எரிந்து கொண்டிருந்த ஒற்றை விளக்கையும் அவள் அணைக்கவில்லை.

'இன்று தங்களை அவசியம் எதிர்பார்த்துக் காத்திருப்பேன். கண் உறங்கேன். விழி திறந்து வழி நோக்கிக் காத்திருக்கும் எனக்குத் துணையாக ஒரு விளக்கும் ஒளி சிமிட்டி நிற்கும்!' என்று அவள் எழுதியிருந்தாள். அன்னக் கிளி எடுத்துச் சென்ற சேதியின் சுருக்கம் இதுதான்.

'இளமாறன் வரமாட்டான்' என்று சொன்னது ஒரு அவன் வரமாட்டானா?' என ஏங்கிய உள்ளம், 'வந்தாலும் வந்துவிடுவான்' என்று தூண்டி அவள் தூக்கத்தையும் அமைதியையும் கெடுத்தது.

அமைதியற்ற மென்காற்றுபோல் அறையினுள் அப்படியும் இப்படியும் திரிந்தாள் அமுதவல்லி, ஒரு சாளரத்தின் அருகே நின்று அந்தப் பக்கத்திலிருந்த தோட்டத்தைக் கவனித்தாள்.

அப்பொழுது தேய்பிறை நிலவு உதயமாகிச் சிறிது நேரமாகியிருந்தது. அதன் மங்கல் ஒளி எங்கும் சோக மயமான வெளிச்சம் பூசியிருந்தது. தோட்டத்தின் மரங்களும், பூச்செடிகளும், கொடிகளும் விந்தைத்

தோற்றங்கள் காட்டிக் கொண்டிருந்தன. அவற்றிடையே எழுந்த ஓர் அசைவு அழகியின் கவனத்தை ஈர்த்தது.

பதுங்கிப் பதுங்கி முன்னே வருவதும், பாய்ந்து பின்னோடுவதும், தயங்குவதுமாகப் பொழுது போக்கும் அது யாராக இருக்கக்கூடும்?

'ஒரு வேளை இளமாறனாக இருக்குமோ?' என்று பதை பதைத்தது அவள் மனம். 'இராது. அவன் நேரே வாசலுக்கு அல்லவா வருவான்!' என்று அதுவே அடித்துத் திருத்தியது.

அவளுக்கு ஒருவித அச்சம் ஏற்படத்தான் செய்தது. யாரோ ஓடி வருவதுபோல் ஓசை எழுந்ததாக அவள் எண்ணினாள். 'அன்னக்கிளியைத் துணைக்கு அழைக்கலாமா?' என்று நினைத்தாள்.

அதே வேளையில் கீழே கதவு தட்டப்படும் ஓசையும் தாள் திறக்கப்பட்ட ஒலியும் எழுந்தன. அழகியின் இதயம் 'திக் திக்' என்று அடித்துக்கொண்டது. அது இன்பத் துடிப்பா? பயத்தின் பதைபதைப்பா? அவளுக்கே தெரியாது. அவள் ஆவலுடன் விளக்கைத் தூண்டிவிட நகர்ந்தாள்

அவளை அப்படியே சிலையாக்கி விடுவது போன்ற உள்ளத்தை உலுக்கி, உதிரத்தை உறைய வைத்து. உடலைக் குளிர வைக்கும் ஒரு பயங்கர ஒலி வேதனையில் எழுந்த அலறல் அவள் காதில் வந்து விழுந்தது. செயல்திறம் இழந்து, வாய் பிளந்து நின்றுவிட்டாள் அலங்காரி.

3. நள்ளிரவில் ஒரு ஆந்தை!

தேய்பிறை நிலவின் மங்கிய வெள்ளொளி போர்வை போல் மூடிக்கிடந்த சூழ்நிலையில், இரவின் அச்சமும் ஆதிக்கமுமே தலைதூக்கி நின்ற வேளையில், உள்ளத்தைக் குத்தி உதிரத்தை உறையச்செய்வது போன்ற அலறல் எழுந்ததும், மாடியில் நின்ற அமுதவல்லி திடுக்கிட்டாள் அவள் என்ன, யாராக இருப்பினும் திடுக்குறாமல் இருக்க இயலாதே அந்நேரத்தில், கிரீச்சிட்ட அந்த ஒலியைக் கேட்டு!

இவ் வேளையில் கதவைத் தட்டியது யாராக இருக்கும்? திருமாறனாகவே இருக்கலாமோ? ... தோட்டத்திலே மரங்களின் மறைப்பிலே பதுங்கி வந்தவன் யாவன்? அவனே கதவைத் தட்டியிருக்கலாமோ! அவ்வாறாயின் அலறல் எழுந்தது ஏனோ? அஞ்சி நடுங்கிக் கூச்சலிட்டது பெண் குரல் போல் அல்லவோ ஒலித்தது? அன்னக்கிளிக்குத் தீங்கு எதுவும் ஏற்பட்டிருக்குமோ...?

அழகி அமுதவல்லியின் நெஞ்சு திக் திக்கென்றடித்தது. தலையணையின் கீழ் பதுக்கி வைக்கப்பட்டிருந்த சிறிய குத்தீட்டியை முன்னெச்சரிக்கையோடு கையில் பற்றிக்கொண்டு, அவள் விளக்கைச் சிறிது தூண்டி விட்டாள். கையெட்டும் தூரத்திலிருந்த சிறு விளக்கில் ஒளி ஏற்றிக்கொண்டு படி இறங்கிக் கீழே செல்லலாமா; அது அறிவுடைமையாகுமா என்று தயங்கினாள் ஒரு கனம்.

அவளுடைய ஆலோசனைக்கு முற்றுப்புள்ளி வைக்கவும், அவளுக்கு வீண்வேலை வைக்கத் திருவுளம் கொள்ளாதவர் போலவும் நடந்துகொண்டனர். கீழே

கதவைத் தட்டியவர் என்பதை மேலேறி வந்த காலடி ஓசை தடதட வென்று எடுத்தோதியது.

'நீ போகக்கூடாது. நீ மேலே போகக்கூடாது. வெளியே போ!' என்று அன்னக்கிளி கத்துவதும் அலட்சியமாக ஒருவன் சிரித்ததும் செவிட்டில் அறைவது போல் வந்து தாக்கின; அமுதவல்லி மீண்டும் திடுக்குற்றாள்.

அன்பனே வருகின்றான் போலும் என்று காலடி ஓசை கேட்டுச் சற்றே களிக்கை கொண்ட அமுதவல்லி இப்போது கலக்கமுற்றாள். வருவது யார்? வருவது யாரே யாயினும் தனக்கு நன்மை பயக்க முடியாதவனாகவே இருத்தல்வேண்டும். இல்லையெனில் அன்னக்கிளி அவனைக் கண்டு அஞ்சி அலறுவானேன்? இப்பொழுது அவனை மேலே ஏறவொட்டாமல் தடுக்கவும் துணிவானேன்?

அன்னக்கிளி துணிச்சலோடு போராடியிருக்க வேண்டும்; படியேறி அலங்காரியின் அறைக்குள் புக முயல்கிற வனைத்தடுத்து நிறுத்துவதற்காக அவள் அவனது கையைப் பற்றியோ காலைப் பிடித்து இழுத்தோ இடைஞ்சல் செய்திருக்கவேண்டும்; அவன் அவளை மெல்லியல் வல்லி என்றும் பாராது முரட்டுத்தனமாகத் தள்ளியிருக்க வேண்டும் என்றும் படிக்கட்டு ஓசைகள் கதை கூறின.

'ஊரே கண்ணுறங்கும் இந் நள்ளிரவு வேளையில் எந்தக்கயவன் வந்து இங்கு இப்படிச் சமரிடுவது? அன்னம் ஏன் கதவைத் திறந்தாள்? மற்ற பணிப் பெண்கள் என்ன சவ உறக்கமா உறங்கிக் கிடக்கிறார்கள்?' என்று இயல்பான சீற்றம் வெடித்தது அவள் உள்ளத்தில். அவள் எண்ணத்தின் தவற்றை உடனடியாகவே ஒருமனம் சுட்டிக் காட்டியது. 'நீதானே இளமாறனை

எதிர்நோக்கியதால், எவர் வரினும் தாள் திறந்து, வருவோரை யார் எனக் கேளாது உயரே அனுப்பு என்று அன்னத்துக்குக் கட்டளையிட்டாய்? பணிப் பெண்களை ஓசைகள் எட்டாத் தனி இடத்தில் ஒடுங்கிக் கிடக்க ஏற்பாடு செய்தது நீ தானே..

தனது பேதமையை எண்ணிப் பெருமூச்சு உயிர்த்தாள் அமுதவல்லி. அவளது மனச் சுமையை அதிகப்படுத்தும் தன்மையிலே கண்முன் உயர்ந்து நின்றது ஒரு உருவம். ஒற்றை விளக்கின் மங்கலான ஒளியிலே திடுமென வந்து நின்ற தோற்றம் பிரமையோ பேயுருவோ அல்ல என்று திடப்படுத்திக்கொள்வதற்கு அவளுக்கு மிக்க நெஞ்சுரம் தேவைப்படத்தான் செய்தது.

காட்டிலிருந்து தப்பி வந்த கரடியோ என மலைக்கச் செய்யும் தோற்றம். குரூபமான முகமும், குழிக்குள் இடுங்கிய கண்களில் மனசின் கடுமையைப் பிரதிபலிக்கும் ஒரு மினுமினுப்பும், எதிரே நிற்பவரைத் துன்புறுத்துவதில் தான் பெறும் இன்பத்தைக் காட்டும் முகபாவமும் பெற்று நின்றது ஒரு மனிதனே. அகன்ற தோள்களும், பரந்த மார்பும், கல்போன்ற சதைத் திரட்சிகளைப்பெற்ற கைகளும் கால்களும் அவனை வலியன் என்று கூறின; வனப்புள்ளவன் என்று காட்டவில்லை. அவன் உரத்த குரலில் சிரித்தான். ஐந்தாறு வெண்கலப் பாத்திரங்களை உருட்டி விட்டாற்போலே ஒலி கலகலத்துப் புரண்டது. அவன் பற்கள் விகாரமாய்ப் பளிச்சிட்டன.

'பிராட்டியார் என்னை இவ்வேளையில் இங்கு எதிர் பார்த்திருக்கவில்லை அல்லவா?' என்று கேட்டான் அவன். அந்த உருவத்துக்கு ஏற்ற குரலாகத்தான் அமைந்திருந்தது அது.

விழியில் கனல் எழ உறுத்து நோக்க முயன்றாள் அமுதவல்லி. எனினும், உள்ளத்தின் பதை பதைப்பு ஒடுங்கவில்லை. 'போ வெளியே! இங்கு உனக்கு என்ன வேலை?' என்று சீறினாள் அவள். அது உணர்ச்சி மிகை யால் கிரீச்சிடும் குரலாய் நீண்டது.

அவன் அலட்சியமாகச் சிரித்தான். 'வேலை இருப்பதனால் தான் நான் இங்கே வரவேண்டியது அவசியமாயிற்று, அமுதம். நீ என்னைக்கண்டு பேசவே மறுத்து வந்தாய். எப்படியும் உன்னைக் கண்டே தீருவது என்று உறுதி கொண்டேன். இன்றிரவில் நீ ஆசையோடு விழித்திருப்பாய்; வழியும் எளிதில் திறந்துகொள்ளும் என்பதும் எனக்குத் தெரிந்தது. நீ ஆவலோடு எதிர் நோக்கும் திருமாறன் வரமாட்டான் என்பதும் எனக்குத் தெரியும்..."

அமுதவல்லியின் அச்சம் உண்மையிலேயே பன் மடங்காயிற்று 'இதெல்லாம் உனக்கு எப்படித்தெரிந்தது?' என்று அவள் பதறினாள்.

'எப்படியோ தெரிந்தது!' என்று தன் இருகைகளையும் உவகையோடு தேய்த்துக்கொண்டு தடித்த விகாரமான உதடுகளை மேலும் விகாரமாக நெளித்துச் சுளித்து, முகத்தைக் கோரமாக்கி நின்றான் அவன்.

'திருமாறனை வழியில் தாக்கி.......' என்று அமுதவல்லி கேட்கவும், அவன் கடகட வென்று சிரித்தான்.

அமுதவல்லிப் பிராட்டியாருக்குத் திருமாறனையும் புரிந்து கொள்ளத் தெரியாது. இந்த எயில் ஊர் ஆந்தையையும் நன்றாகத் தெரியாது. அவ்வளவுதான்.

'திருமாறன் ஏதேனும் சூழ்ச்சி செய்து கொண்டிருப்பான், அல்லது ஆழ்துயில் பயின்று கொண்டிருப்பான்...'

'எயில் ஊர் ஆந்தை பெயருக்கேற்ப இராக்காடு சுற்றி அலைத்து இங்கு வந்து முழிப்பதோடு கூச்சலிட்டுக் கொண்டும் நிற்கிறது. அப்படித்தானே? உனக்கு ஆந்தையெனும் பெயர் சரியானதே' என்றாள் அமுதவல்லி. தனது பயத்தைச் சிறிதளவு மறைப்பதற்காகவே அவள் வீரத்தனப் பேச்சுப் பேச முயன்றாள்.

ஆந்தை தனது தனிரகச் சிரிப்பைச் சிதறினான் மீண்டும்.

வெளியே போய்க் கூச்சலிடு... நான் உறங்க வேண்டும் என்றாள் அவள். அமுதத்தின் கைகள் குத்தீட்டியை விளையாட்டாக உருட்டிக் கொண்டிருப்பது போல் உருள விடும் அலுவலில் ஈடுபட்டிருந்தன. அவள் கள்ள நோக்கு அவ்வப்போது அவன் மீது பாய்ந்தது.

அவன் அவள் கருத்தை உணராமலில்லை.ஆயினும் உணரும் திறனற்றவன் போலவே நின்றான் ஆந்தை. அவன் ஏன் பிறருக்கு அஞ்சவேண்டும்? அதிலும் காற்றில் ஆடிடும் கொடிபோல் நிற்கும் ஓர் அபலைப் பெண்ணுக்கா அவன் பயப்படப் போகிறான்?

'பிராட்டியார் சுகமாகத் தூங்கலாம். அமுதவல்லியின் உறக்கத்தைக் கெடுக்க வேண்டும் என்ற நோக்கம் எனக்கு கடுகளவேனும் கிடையாது...'

மரியாதையோடு பேசுவது போல் தொனித்தாலும் அவன் பேச்சில் கிண்டல் தான் மிகுந்திருந்தது. அதனால் அவள் முகம் கடுகடுப்புற்றது. 'முதலில் நீ இங்கிருந்து வெளியே போ!' என்று மறுபடியும் உத்தரவிட்டாள்.

ஆந்தையின் சிரிப்பு அவனது புதரென அடர்ந்த அரிவாள் மீசைக்குள் புகுந்து விளையாடுவது போல் தோற்றம் காட்டியது. எனக்கும் வேறு பணிகள் உள்ளன

'அம்மையே! நீ அன்புடன் எனக்குச் சேரவேண்டியதை என்னிடம் தந்துவிட்டால் நான் ஏன் இங்கு நிற்கப் போகிறேன்?' என்றான் அவன்.

"உனக்குச் சேரவேண்டியதா?" அமுதவல்லியின் கேள்வியிலும், பார்வையிலும் வியப்பு தொத்தி நின்றது.

'நீ மறந்துவிடுவாய் என்று எனக்குத் தெரியும். நினைவுறுத்தி அதைப் பெற்றுச் செல்வதற்காகவே நான் இங்கு வந்திருக்கிறேன். இன்னும் இரண்டொரு நாட்களில் கொற்கைத் துறைமுகத்திலிருந்து கிளம்பும் மரக்கலத்தில் இடம் பிடித்துக்கொண்டு செல்வேன். திரைகடலோடும் ஆசை எனக்கும் வந்துவிட்டது. சாவகம், புட்பகம் அல்லது யவனம் என்று எங்காவது போய்விடுவேன்...'

நல்ல முடிவுதான். திரைகடலோடித் திரவியம் தேடுவதற்கு முன் பயிற்சியாக இங்கு அகப்பட்டதைச் சுருட்டிச் செல்லும் எண்ணத்தோடு வந்தாயாக்கும்? என்று கேட்டாள் அலங்காரி.

'அகப்பட்டது எதுவும் எனக்கு வேண்டாம். நல்ல முத்துக்களாலான நாலு வடம் முத்தாரம் எனக்குச் சேர வேண்டியது. அது என் கைக்கு வந்தாக வேண்டும்!"

அமுதம் திடுக்கிட்டாள் 'முத்தாரமா? கனவு கண்டு உளறுகிறாயா ஆந்தை?' என்றாள்.

ஆந்தையின் விழிகள் அவளை உறுத்து நோக்கின. 'எயில் ஊர் ஆந்தை உளறுவதில்லை. விளையாட விரும்பு

வதுமில்லை. அமுதவல்லிப் பிராட்டியின் அண்ணன் சடையவர்ம பாண்டியனின் அரசமாதேவி கருவுற்று இருந்த போது அவர்கள் திருக்கழுத்தை அணி செய்த முத்து மாலையை நீ மறந்துவிட முடியுமா? அது உன் கண்ணையும் கருத்தையும் கவர்ந்ததும் அதை அடைய நீ திட்டம் தீட்டியதும் வெளியுலகம் அறியாதுதான். ஆனால் ஆந்தை அறிவான்.

'நீ என்னவோ கதை அளக்கிறாய்...' என்று இழுத்தாள் அமுதவல்லி. ஆயினும் அவள் குரலிலே மிடுக்கு இல்லை. பார்வையிலும் ஒளிக்கனலில்லை.

ஆந்தையின் சிரிப்புத்தான் மீண்டும் எடுப்பாக ஒலித்தது. 'ஆந்தையை ஏமாற்ற எண்ணுகிறவர்கள் தலை தூக்க முடியாது. ஆமாம். மன்னனிடம் சில உண்மைகளை நான் சொல்ல நேரிடும் அம்மணி! அரசமாதேவி பெற்றெடுத்த திருமகன் தானாகச் சாகவில்லை; கொலையுண்டான் என்பதையும் தேவியாரே குளிர்ச்சன்னியால் மரணம் எய்தவில்லை; தன்னலக்காரரின் நஞ்சினால்தான் மடிந்தார் என்பதையும் சடையவர்மன் தெரிந்துகொள்ள வேண்டிய அவசியம் ஏற்படும்.

ஆந்தை பயங்கரமான ஒற்றைச் சிரிப்பை உதிர்த்து, வேகமாகத் துள்ளி துள்ளிக் குதித்தான். அமுதவல்லியின் கையிலிருந்து சுழன்று பாய்ந்து வந்த குத்தீட்டி தனக்குரிய குறியை இழந்துவிட்டு, சுவரில் மோதித் தரைமீது டக் கென்று விழுந்தது.

ஆந்தையை இவ்வளவு எளிதில் தீர்த்துக்கட்டிவிட முடியுமா என்று கனைத்தான் அவன்.

அமுதவல்லி தன்மீது பதித்திருந்த பார்வையை அப்பால் ஓட்டியதையும் அதில் புது ஒளி சுடரிட்டதையும் அந்த

மங்கிய ஒளியிலேகூட ஆந்தையின் கூரிய கண்கள் கண்டு கொண்டன. அவன் திரும்பிப் பார்த்தான். வாசல் நடையில் கண்ட காட்சி அவனுக்கு வேடிக்கை நிகழ்ச்சியாகத் தோன்றியது போலும். அவனது கடூரமான முகத்தில் சிரிப்பின் கோடுகள் பிதுங்கி நெளிந்தன.

4. ஆந்தைக்கு மண்டையில் அடி

அங்கே அன்னக்கிளி நின்றாள். வேடிக்கை பார்க்கும் வெறும் பெண்ணாக அல்ல. வீரமறக் குலத்தில் வந்தவள் என்பதை நிரூபிக்க முயலும் மங்கையாகத்தான்.

அவள் கண்களில் சினம் கொழுந்துவிட்டு எரிந்தது. அவள் கையில் வாள் ஒன்று மின்னியது. ஆந்தையைத் தன்னால் கொல்ல முடியும் என்ற நம்பிக்கை அவளுக்குக் கிடையாது. ஆயினும் அவனைக் காயப்படுத்தி, தனது தலைவிக்கு உதவி புரியலாமே என்ற நல்லெண்ணம் அவளுக்கு இருந்தது.

'யார் வரினும் கதவைத் திறந்துவிடு. கேள்விகள் கேட்கவேண்டாம்' என்று அமுதவல்லி அவளுக்கு உத்திர விட்டது உணர்ச்சி மிகுதியினால்தான்; அது முன்யோசனை உடையது ஆகாது என்று அன்னம் முதலிலேயே உணர்ந்தாள். எனினும், அமுதவல்லியின் கட்டளையை மறுத்துப் பேசுவதற்கு அவள் யார்? எதை எப்படிச் செய்யவேண்டும் என்று தலைவிக்குத் தெரியாதா என்ன? ஆகவே அன்னக்கிளி தன் கருத்தை வெளியிடவில்லை.

அவளும் அன்றிரவில் உறக்கம் கொள்ளாமல் உருண்டு புரண்டு பொழுதைக் கொலை செய்துகொண் டிருந்தாள். திருமாறன் வருவானா மாட்டானா என்பது அவள் கவலை இல்லை. அவள் நினைவுப் பரப்பிலே ஒரு தோற்றம் மின்னிக் கொண்டிருந்தது; மறையாமலே அழுத்தம் பெற்று நின்றது.

தகத் தகாயப் பொன்னொளியின் கூரிய கதிர்கள் பட்டுத் தெறிக்க, மிடுக்கான குதிரை மீது எடுப்பான சிலையைப்

போல வீற்றிருந்து மாலை வேளையில் வீதி வழியே உலா வந்தானே ஒருவன் வீரத் திருப்பார்வையை வழங்கும் இரண்டு அழகிய விழிகளின் சொந்தக்காரன் அவன் யாரோ? பலகணியின் பின்னே நின்ற அவளது கண்களை மட்டுமா தொட்டது அவன் விட்டெறிந்த நோக்கு? அவள் உள்ளத்தையே பாடாய்ப் படுத்திவிட்டதே...! அன்னக்கிளி பெருமூச் செறிந்தாள்.

அவன் ஓர் அரசிளங் குமரனாகத்தான் இருக்க வேண்டும். எவ்வளவு கம்பீரம்! என்ன வீரம்! அவர் குதிரைதான் எப்படி இருந்தது!' என்றெல்லாம் துதிபாடிக் கொண்டிருந்தது அவள் உள்ளம். அவனை மறுபடியும் பார்க்கமாட்டோமா என்று ஏங்கியது. பார்க்க முடியாமலே போய்விடுமோ என அஞ்சியது ஒரு மனம். அந்த ஆண் அழகனை எவ்வளவு நேரம் வேண்டுமாயினும் கண்ணிமைக்காது பார்த்துக்கொண்டே இருக்கலாம் என்ற ஆசை நினைப்பு அலையிட்டது. உடனேயே, அவளுக்கு இயல்பான நாணம் அவளைச் சூழ்ந்து கொண்டது.

அந்த இருட்டிலும்,தனிமையிலும் கூட அவள் முகம் தானாகவே குவிந்து தாழ்ந்தது. ஆயினும், உள்ளத்தின் குதூகலத்தை ஒடுக்க முடியவில்லை அவளால்.

கண்களை மூடினாலும், தூங்கியும் தூங்காத நிலையிலே கூட, குதிரைமீது வந்த சிங்காரரூபன் தான் கனவில் வந்து, கிறக்கும் பார்வை தந்தது; காந்தப் புன்னகை பூத்து நின்றான். அன்னக்கிளி அப்படி ஒரு கனவு நிலையில் பறந்து கொண்டிருந்தபோதுதான், வெளிப்புறக் கதவு தட்டப்படும் ஓசை எழுந்தது. தனது அன்பனின் குதிரை வரும் குளம்பொலியே அது என்ற பிரமை அவளுக்கு ஏற்பட்டது. கதவு பலமாக இடிக்கப்படவும் அவள் வேக

மாக எழுந்து திறந்தாள். அப்பொழுதுதான் அமுதவல்லி யின் கட்டளை அவளுக்கு நன்றாக நினைவு வந்தது.

அடடா? விழிப்புடன் காத்திராமல் தூங்கிவிட்டேனே! பிராட்டி கோபித்துக்கொண்டால் என்ன செய்வது?' என்று பதறி எழுந்து, அன்னம் கதவை வேகமாகத் திறந்தாள். அவளும் திருமாறனே வருகிறான் என்றுதான் எண்ணினாள்.

அந்த இடத்தின் இருளில் தனது ஆற்றலைக் காட்ட முயன்று கொண்டிருந்த ஒரு சிறு விளக்கொளி உண்மையை உணர்த்தியதும் அவள் திடுக்கிட்டாள். ஆனால் நிலைமை முற்றிவிட்டதே? இனிக் கதவை அடைத்துத் தாள்போட முடியுமா அந்த இளம் கொடியால்? இருளுருவம்போல் உள்ளே புகுந்த தடியனை நோக்கிக் கத்தத்தான் முடிந்தது அவளால்.

"என் அருமை நாய்க் குட்டியே! ஏன் இப்படித் தொண்டைத் தண்ணீரை வற்ற வைக்கிறாய்?" என்று கூத்து வேட்டக்காரன்போல் பேசினான் ஆந்தை. செல்லமாக அவள் தலையில் இரண்டு தட்டு தட்டிவிட்டு முன்னேறினான்.

அன்னக்கிளியின் போராட்டம் பயனற்றுப்போனதால், அவள் ஒடுங்கிக் கிடந்தாளில்லை. எயில் ஊர் ஆந்தை அவளை முரட்டுத்தனமாக ஒதுக்கித் தள்ளியதால் அவளுக்கு மேல்மூச்சு, கீழ்மூச்சு வாங்கியது. நிதானம் அடைகிறவரை அவள் படிக்கட்டில் அமைதியாக உட்கார்ந்திருந் தாள். தலைவியைக் காப்பாற்றவேண்டும்; தன்னை - தனது சொல்லை - மதிக்காத முரடனுக்கு ஒரு பாடம் கற்பிக்க வேண்டும் என்று தவித்தது அவள் உள்ளம்;

படபடத்தன அவள் கைவிரல்கள். அதனால் அவள் ஒரு வாளை எடுத்துக்கொண்டு மேலே சென்று மறைவில் பதுங்கி நின்று அங்கு நிகழ்ந்த வாக்குவாதத்தைக் கேட்டுக் கொண்டிருந்தாள்.

நெருக்கடியான தருணம் வந்துவிட்டதை உணர்ந்ததும் அன்னக்கிளி ஓங்கிய வாளுடன் வாசல்படிமீது தோற்றம் தந்தாள். அவளை அமுதம் தான் முதலில் பார்த்தாள். சரியான தருணத்தில் உதவி புரிய வந்து விட்டாள்' என்று மகிழ்வுற்றது அவள் மனம்.

திரும்பி நோக்கிய ஆந்தை வேடிக்கையுறக் கண்டு நகைப்பவன் போல் கெக்கலித்து 'வாளை எவ்வாறு பிடிக்க வேண்டுமென்றுகூடத் தெரியாத நீயா இந்த மலையை வெட்டி வீழ்த்தப் போகிறாய்! பளாபளா!' என்று கூவினான்.

அதனால் ஆத்திரம் கொண்ட அன்னக்கிளி வெகுண்டு முன் பாய்ந்தாள். 'கிளி அமைதியோடு இருந்தாலும் அழகுதான்! பறந்து பாய்ந்தாலும் அழகுதான்!" என்று உவகையோடு மொழிந்தான் ஆந்தை. அது அவள் கோபத்தை நெருப்பெனத் தூண்டிவிட்டது. அவள் வாளைச் சுழற்றிக்கொண்டு அவனை நோக்கி ஓடிவந்தாள்.

உன்மீது எனக்குக் கொள்ளை ஆசை அன்னக்கிளி, கொள்ளை ஆசை! உன் அழகும் பார்வையும் எப்போதும் பழங்களைப்போல் எனக்குக் கிறக்கம் தருகின்றன. அதிலும் இப்போது உன் வீரத்தையும் உணர்ந்த பிறகு......... பேச்சை அவன் அறை குறையாக விட்டுவிட்டு, அதிக உயரத்திலிருந்து பாறைகளை

உருட்டித் தள்ளுவது போன்ற ஒலி எழும்படி,பெருஞ் சிரிப்பு சிரித்தான் அவன்.

அன்னம் அருகே நெருங்கவும் ஆந்தை தனது முரட்டுக் கையை வீசி, அவளது வாள் பிடித்த கையை ஒரு தட்டுத் தட்டினான். பார்வைக்கு அது இலேசான அடி போலவே தோன்றியது. ஆனால் அன்னத்தின் முகம் வேதனையால் கோணிக் குறுகியது.

கண்கள் நீரைக் கொட்டின. 'ஸ்ஸ், அம்மா?' என்று வலி தாங்கமாட்டாதவளாய் புலம்பிய அவளது இடக்கரம் வலக் கையை வேகமாகப் பற்றியது. முதலிலேயே வாளை நழுவவிட்டுத் துடிதுடித்தக் கைக்குப் பரிவு காட்டுவது போல.

தரைமீது விழுந்த வாளின் உலோக ஒலியை எதிரொலிப்பதுபோல், ஆந்தையின் சிரிப்பு அதிர்ந்தது அந்த அறையில்.

இதுவரை வேடிக்கை பார்த்து ஒதுங்கி நின்ற அமுத வல்லியின் உள்ளத்தில் சிறிது சிறிதாக ஒரு நெருப்பு மூண்டு வந்தது. அன்னக்கிளியின் மீது ஒருவகை ஆத்திரமும் பொறாமையின் முளை போன்றதொரு மெல்லுணர்வும் அங்கு அனல் நாக்குகள் நீட்டலாயின.

'அவளைப் பிறகு கவனிப்போம். முதலில் இந்தத் தடியனை அடித்து விரட்டுவோம்' என்று தேர்ந்து அமுதம் கைக்குள் சிக்கிய கனமான பொருள் எதையோ எடுத்து வீசி அடித்தாள்.

பிராட்டியாரின் கைகள்தான் வீணாக நோவெடுக்கும். எனக்கு எவ்விதத் தீமையும் ஏற்படாது. மேலும் அமுத வல்லி என்னைக்கண்டு அஞ்சவேண்டியதில்லை. கொய்யாக் கனி மினுமினுப்போடு காத்திருக்கையில்,

சுவைத்து எச்சில் செய்யப்பட்ட கனியையா நான் விரும்பப் போகிறேன்!' என்று குத்தலாகச் சொன்னான் ஆந்தை.

அது அவளை மிகுதியும் அவமானப்படுத்தியது போன்றிருந்தது. அவளோ செய்யும் வகை அறியாது, கூண்டி னுள் ஒடுங்கிக்கிடந்து மிரள மிரள விழிக்கும் புலி போல் தான் தோன்ற முடிந்தது.

அன்னக்கிளியின் உடல் நடுங்கியது. தென்றலில் துடிக்கும் இளந் துளிர்போல. எயில் ஊர் ஆந்தை, எலியை அள்ளி எடுக்கத் தனது கொடிய பாதத்தை நீட்டும் பூனை மாதிரி, கோரமான தன் கைகளை அவள் பால் நீட்டியவாறு முன்னே முன்னே நகர்ந்தான்.

அமுதவல்லி கண்களில் அச்சம் படர, வாய் பிளந்து நின்றாள். எங்கோ வீதியின் ஒரு முனையில் இரவுக் காவலாட்கள் எழுப்பிய கூவல் ஒலி காற்றில் மிதந்து வந்தது. வைகறையின் வெள்ளொளி பரவி விட்டதாக பால் மய நிலவின் நரை ஒளியைக் கண்டு மயங்கிய, காகம் ஒன்று தோட்டத்தின் ஒரு பக்கம் தனிக் குரல் கூவி ஒடுங்கியது. வழி தவறிய கொக்கோ, இரவு நேரப் பறவை எதுவோ, வான வெளியிலே திரியும் போது 'க்ராங்' எனும் கரகரத்த ஒலியை நழுவ விட்டுச் சென்றது. இவற்றோடு கலந்து வந்தது குதிரைகளின் காலடி ஓசை.

தனது இரை நிச்சயம் தன் பிடியில் சிக்கிக் கொள்ளும் என்ற திடசித்தத்தோடு, விழிகளில் குறும்பு நோக்கும், உதடுகளில் பசிச் சுழிப்பும், பற்களில் வெறித்தனமும் மிளிர அடி எடுத்து வைக்கின்ற மிருகம்போல, ஆந்தையும் நகர்ந்தான்.

அவன் எதிர்பாராத வேகம் பெற்றாள். அன்னம் சுழற்காற்றுப் போல் வேகமிட்டுச் சுற்றி கதவு வழிப் பாய்ந்து படிக் கட்டுகளின் வழியே தடதடவென விழுந் தெடுத்து ஓடினாள் அபலை.

ஆந்தை அவளைத் தொடர்ந்து செல்ல வேகமாக அடி பெயர்த்தான். அவ்வேளையில் அமுதவல்லி, குறி பார்த்து எறிந்த வெண்கல விளக்கு ஒன்று அவன் கணுக்காலில் வசமாகத் தாக்கவும், அவனது உயிரைச் சுண்டி இழுத்தது போன்ற வேதனை ஏற்பட்டது. அவன் அடிபட்ட இடத்தை விரலால் நீவி விடும்போது, அமுதவல்லி ஒரு விளக்குத் தண்டினால் அவன் மண்டையில் ஓங்கி அறைந்தாள்.

அதே கணத்தில் -

கீழே அன்னக்கிளியின் பயக் குரல் நீண்டு ஒலித்து, அச்சம் உண்டாக்கியது. யாரோஓடியதுபோல் ஒரு ஒலி கேட்டது. குதிரை ஒன்று விரட்டி ஓட்டப்படும் ஓசையும் சேர்ந்து கேட்டது.

5. கலகலச் சிரிப்பொலி

எட்டிப் பிடித்துக் குதறிக் கிழிக்க நீண்ட கோரக் கரத்தின் நகங்களிடையே சிக்காமல் தப்பி ஓடும் சிட்டுக் குருவி போல் பாய்ந்து நழுவிய அன்னக்கிளி எண்ணியிருக்க முடியாது, பூனையின் பிடிக்குத் தப்பி வந்து நாயின் பிடியிலே அகப்பட்டுக்கொள்ள நேரிடும் என்று.

ஆனால் அதுதான் நிகழ்ந்தது.

வெறிப்பிடித்த எயில் ஊர் ஆந்தையிடம் அகப்பட்டுக் கொள்ள விரும்பாது பாய்ந்து ஓடிப் படிக் கட்டுகளில் இறங்கினாள் அவள். கால் தவறிக் கீழே விழுந்து விடுவதும் சாத்தியமே என்று அஞ்சித் தயங்கவும் நேரமில்லை அவளுக்கு. ஆந்தை தொடர்கிறானோ என்று திரும்பிப் பார்க்கவும் மனமில்லை. கண் மூக்கு தெரியாமல் ஓடுவது என்பார்களே அப்படி விழுந்தடித்து ஓடிய பாவையின் கீழாடை விளிம்பு இசைகேடாக ஒரு காலில் சிக்கித் தடை செய்யவே அவள் ஒரு படியில் நிலைகுலைந்தாள். தடுக்கி விழுந்தாள்.

தலைக்குப்புற விழுந்து மண்டையில் அடிபட்டிருக்க வேண்டியதுதான். ஆனால்,

இருளோடு உள்ளே புகுந்த ஆந்தையை வழிமறிக்க முயன்று போராட நேர்ந்ததால் அன்னக்கிளி முதலிலேயே திறந்த கதவை அடைக்கவுமில்லை; தாளிடவுமில்லை. அவள் கோபத்தோடு, கொதிப்போடு ஆந்தையைத் தாக்க வேண்டும் எனும் வேகத்தோடு வாள் எடுத்து மேலே செல்வதில் முழுக் கவனத்தையும் செலுத்தி நின்றதால், திறந்த கதவு திறந்தே கிடந்தது. தோப்பின் பக்கமிருந்து ஓர் உருவம் மெதுவாக நகர்ந்து

வந்து சுவரோரமாக ஒண்டி ஒதுங்கி முன்னேறி, திறந்த வாயிலின் வழியாகத் தாராளமாய் உட்புகுந்தது. உயரே நடக்கும் குழப்பத்தை உணர்ந்து தனக்குரிய வேளை வரும் என்று பெரிய கதவின் பின் செறிந்திருந்த கனத்த இருளில் மறைந்து நின்றது. இப்போது அதற்கும் ஒரு வேலை வந்தது!

வேரற்ற மரம்போல் நிலைகுலைந்து விழுந்து கொண்டிருந்த அன்னக்கிளியை, வேகமாக முன்வந்து பாதுகாப்பாக ஏந்திக் கொண்டன இரண்டு கைகள்.

தரையில் விழப் போகிறோம் என்று பதறிய யுவதி எவருடைய அணைப்பிலோ சிக்கிக்கொண்டதை உணர்ந் தாள். உண்மையான பயத்தால் அலறினாள்.

கீழே விழாமல் அவளைத் தாங்கிக்கொண்டவன், தனது மார்போடு அன்னத்தைச் சேர்த்து பிடித்தபடி வெளியே ஓடினான். அவள் பயம் அதிகரிக்கவே அன்னம் இருளின் ஆழத்தைக் குத்தி ஊடுருவும் கூறிய கீச்சுக் குரலில் மீண்டும் கத்தினாள்.

இருட்டில் பதுங்கியிருந்த இருள் மனத்தினன் அவள் வாயை முரட்டுத்தனமாக பொத்தினான். அவள் அவனுக்கு ஒரு சுமையாகத் தோன்றவில்லை என்பதை அவன் அலட்சியமாக அவளைப் பிடித்தபடி வேகமாக வெளியேறியது நிரூபித்தது. வெளியுலகை மூடி மறைத்திருந்த தேய்பிறையின் அசட்டு நிலவொளியில் அவன் அவள் முகத்தைப் பார்க்க முடிந்தது.
'ஆகா,கிளிதானா? என்று உற்சாகத்தோடு முணுமுணுத்த அவன் அவளை மேலும் அதிக ஆர்வத்தோடு மார்பில் அணைத்துக்கொண்டு நடந்தான்.

அன்னக்கிளி கைகளால் அவனை அறைந்தும் கால்களை உதைத்தும் அவனுக்குச் சங்கடம் விளைவித்தாள். மாடியில் திமுதிமுவென்ற ஓசை கேட்டது. யாரோ வருகிறார்கள் என்று எண்ணினான் அவன். சிறிது தொலைவில் காவற்காரர்களின் கூவல் எழுந்தது. அவன் தோப்பினுள் மறைந்து விடலாமா என்று தயங்கினான் ஒரு கணம். அப்பொழுது அவன் பார்வையில் அழகான வண்டி தென்பட்டது.

மங்கிய நிலவொளியிலும் மிடுக்காகவும் வனப்போடும் தோற்றம் காட்டிய இரண்டு கரு நிறக் குதிரைகள் பூட்டிய அழகிய வண்டி அங்கு எப்பொழுது வந்தது, ஏன் நிற்கிறது. எவருடையது, யாருக்காகக் காத்திருக்கிறது என்ப தெதுவும் அவன் மனதில் உறுத்தவில்லை.

தனக்கு அருமையான வாய்ப்பு என்றே கருதினான் அவன்.

இறுக்கி மூடப் பெறாமலே அடைபட்டிருந்த கதவைத் திறந்தான் அவன். உள்ளே யாருமில்லை என்று உணர்ந்ததும், உவகையோடு தன் கையிலிருந்த அழகு மூட்டையை அவன் வண்டியினுள் விடுத்தான். கதவை இழுத்துச் சாத்திவிட்டு, வண்டியோட்டுவோனுக்கு உரிய இடத்தில் தாவி ஏறி அமர்ந்து, குதிரைகளை முடுக்கினான். கடகட வெனும் ஒளி எழுப்பிச் சக்கரங்கள் உருளலாயின.

அதைக் கேட்டதும் தான் மாடியிலிருந்த எயில் ஊர் ஆந்தை அவசர அவசரமாகக் கீழே இறங்குவதற்குத் திரும்பினான். அப்பொழுதுதான் அமுதவல்லி வீசி எறிந்த விளக்கு அவன் கணுக் காலில் மோதி அவனது இயக்கத்துக்கு ஊறு செய்தது.

குதிரைகள் ஓடும் சத்தம் எழவும், ஆந்தை கால் வேதனையையும் பொருட்படுத்தாமல் நகர முயன்றான். அமுதம் அவனைத் தாக்கலானாள். என்ன இருந்தாலும் அவள் மெல்லியல் வல்லிதானே! முரட்டுக் கரடி போன்ற மனிதனின் வெண்கலத் தலையை அவள் ஒரு கைவிளக்கு கொண்டு உடைத்துவிட முடியுமா என்ன? அவனும் எத்தனை நேரம் தான் அவள் செயலை வெறும் விளையாட்டு என்று பொறுத்திருப்பான்?

பிடரியை சிலிர்த்துக்கொண்டு எழும் சிங்கம்போல் எழுந்தான் எயில் ஊர் ஆந்தை. 'ஓகோ, சுண்டெலிகூட என் பலத்தைச் சோதிக்கத் துணிந்ததோ?" என உறுமிக் கொண்டு தன் வலக் கரத்தை நேராக வீசி உதறினான்.

'அம்மா!' என்று வேதனையோடு கத்தினாள் அமுதம். அந்த முரட்டுக் கை பட்ட இடம் - அவளது கண்ணாடிக் கன்னம் ஆகும். மலர் போன்ற மென்தன்மை பெற்றிருந்த கன்னம் சிவந்தது; வீங்கியது.

இதோ, இதையும் என்னையும் மறக்காதே!' என்று மற்றுமொரு அறை கொடுத்தான் தடியன்.

கொடி போன்ற அம் மட மங்கை துடிதுடித்தாள்.

படுக்கையில் விழுந்து அழு. விடிவதற்குள் எல்லாம் சரியாகிவிடும். நான் ஒழிந்தேன் என்று எண்ணாதே. மறுபடியும் வருவேன். 'முத்தாரம் என்னிடம் வந்து சேருகிற வரை, பேய்போல் இந்த வீட்டையே நான் சுற்றித் திரிவேன்' என்று எச்சரித்து விட்டு நகர்ந்தான் அவன்.

உடல் வலி, மன வேதனை, ஏமாற்றம் முதலிய பல குழப்பங்களாலும் உளம் நொந்த அமுதவல்லி படுக்கையில் விழுந்து அழுது கிடந்தாள்.

எயில் ஊர் ஆந்தை தனக்கு இயல்பான வேகத்தோடு நடக்க முடியாமல், மெதுவாகப் படிக்கட்டுகளைக் கடந்து நிலவொளி படிந்த இடத்தை அடைந்தபோது, வண்டி சிறிது தொலைவு சென்றுவிட்டதைக் கண்டான். அது அவன் கொண்டு வந்திருந்த வண்டிதான். அவன் எந்த அழகியை எடுத்துச் செல்ல ஆசைப்பட்டானோ, அவளையே தாங்கிச் செல்கிறது அது. ஆனால் திருட்டுத் தனமாகப் பதுங்கி நின்ற எவனோ அன்றோ அதை ஓட்டிச் செல்கிறான்!

ஆந்தையின் வலுமிக்க கை, வெண்கலச் சிலையின் மண்டை போன்ற தலையைத் தடவிக்கொண்டது. இனி என்ன செய்வது? கண் முன்னாலேயே தனது உடைமையும், தான் ஆசைவைத்த அழகுப் பொருளும் பறிக்கப் பட்டுத் தன்னை விட்டு விலகிப் போவதைப் பார்த்தபடி நிற்க வேண்டிய செயலற்ற தன்மை தனக்கும் வந்துவிட் டதே என்று குமைந்தான் அவன். கொதித்தது உள்ளம்.

'இதற்கெல்லாம் காரணம் இந்த அமுதவல்லிதான், அவளுக்கு நான் சரியான பாடம் கற்றுக்கொடுப்பேன்' என்று கருவிக் கொண்டான் அக் கொடியவன்.

வண்டியை இழுத்துச் செல்லும் குதிரைகளின் குளம் பொலி தவிர, வேறு குளம்போசை கனத்துக் கேட்டது. சந்தேகமில்லை. வேறு யாரோ குதிரை மீது வருகிறார்கள். ஒன்றுக்கு மேற்பட்டவர்கள் வருகிறார்கள். ஆகவே, அங்கு நிற்பது தவறு என்றுகருதி ஆந்தை தோப்பினுள் புகுந்தான்.

அமுதவல்லியின் மாளிகை போன்ற பெரிய இல்லத்தைச் சேர்ந்த தோப்பு விசாலமானது. காடுபோல் மரங்களும், செடி கொடிகளும் மண்டி நிற்கும் இடம் அது. பலரக மரங்களும் செறிந்த பகுதியினுள் புகுந்து சென்றால் சவுக்கு மரங்களும், ஓங்கி வளர்ந்த மூங்கில்களும் அடர்ந்து பின்ற பகுதி உண்டு. அதனுள் எத்தனைபேர் பதுங்கியிருந்தாலும் வெளி உலகுக்குத் தெரியாது. யார் எவரைக் கொலை செய்து மூங்கில் புதருக்குள் வீசி எறிந்தாலும் தெரியாது.

எயில் ஊர் ஆந்தை தற்காப்புக்காக அங்கே சென்று கொண்டிருந்த வேளையில், அவனால் பறிகொடுக்கப்பட்ட குதிரைவண்டி தீவிரமாக முன்னேற முடியாமல் திணறியது. வண்டியினுள் விடப்பட்ட அன்னக்கிளி சும்மா கிடப்பாளா என்ன?

அவள் கைகளால் வண்டியின் பக்கங்களைத் தட்டினாள். கால்களால் தீம்தீம் என்று மிதித்து ஓசைப்படுத்தினாள். 'ஐயோ கொலை! கொல்கிறானே?' என்று அலறினாள்.

இது ஆபத்து என உணர்ந்த அந்நியன், வண்டி ஓட் டும் பீடத்திலிருந்து உள்ளே திரும்பிப் பார்த்து, 'ஏய் அன்னம்; ஏன் இப்படிக் கத்துகிறாய்? வாயை மூடிக்கொண்டு கிடக்கிறாயா? இல்லை, உன் கழுத்தை நெரித்துக் கொல்லட்டுமா?" என்று கர்ஜித்தான்.

'ஏன் என்னை இப்படித் தூக்கிச் செல்கிறாய்? என்னை எங்கள் வீட்டில் கொண்டுபோய் விடு!' என்றாள் அன்னக் கிளி.

அவன் அவளுக்கு விளக்கம் கூற விரும்பாதவனாய், வண்டியை விரட்ட முயன்றான். அவளோ மீண்டும் கூச்சலிட்டு ஓசைப்படுத்தலானாள்.

அந்தச் சமயத்தில்தான் இரண்டு குதிரை வீரர்கள் அங்கு வந்தார்கள். என்ன இது? என்று அதட்டினான் ஒரு வீரன்.

வண்டியோட்டி வாய் திறவாது வண்டியைச் செலுத்த முற்படவும், ஒரு வீரன் வண்டிக்கு முன்னே தனது குதிரையைச் செலுத்தி வழிமறித்தான். 'திருமலை அவனை நன்றாகக் கவனி!' என்றான். அவன் திருமலைக்கொழுந்துவின் நண்பன் மருது பாண்டியனே ஆவான்.

திருமலை, வண்டியோட்டியின் முதுகில் தனது கைப் பிரம்பினால் இரண்டு அடிகள் கொடுத்தான். அவன் பிரம்பு உற்சாகத்தோடு துள்ளித் துள்ளி விளையாடத் தொடங்கவும். அந்நியன் 'ஐயோ...அம்மா...அப்பா' என்று துடிதுடித்தான்.

'அதுவே தக்க தருணம்' என அறிந்த அன்னக்கிளி, வண்டியின் கதவைச் சிறிதே திறந்துகொண்டு, தலையை வெளியே நீட்டி எட்டிப் பார்த்தாள். தன்னைக் காப்பாற்ற வந்த குதிரை வீரனைக் கண்டதும், 'ஆ!' என்று உவகை மேலீட்டால் கூவினாள்.

அதனால் கவனம் கலையப் பெற்ற திருமலைக்கொழுந்து அவள் பக்கம் தலை திருப்பியதும் 'ஓகோ!' என்று மகிழ்வுடன் கூறி, உற்சாகத்தால் உதடுகளைக் குவித்துச் சீட்டி அடித்தான்.

பால் நிலவில் வெண்மையாய் பளிச்சிட்டது சந்திர வட்ட முகம். அங்கே கருவண்டுகள் போன்ற இருவிழிகள் குறுகுறுத்தன. செவ்வாம்பல் நிற இதழ்களில் சிறுகதை

முகிழ்த்திருந்தது. அந்த முகத்தை, அவ்விழிகளை, புன்னகைக்கும் அந்த உதடுகளை அவன் எப்படி மறக்க முடியும்? கொற்கைப்பட்டினத்தின் வீதிவழியே, அந்தி நேரத்தில் குதிரை மீது உலா வந்தபோது, பலகணியின் பின்னே பவுர்ணமி நிலவுபோல் தோன்றி அவன் உள்ளத்தில் நிலைபெற்று விட்டது அல்லவா அந்த முகம்! கண் வழிப் புகுந்து, உள்ளத்தில் நிறைந்து, பின் நீங்காது இடர் செய்து கொண்டிருக்கும் அமுதமும் நஞ்சும் போன்ற பார்வையைச் சிந்தும் சுடர் விழிகள் அல்லவா அவை! அவற்றை அவன் எவ்விதம் மறத்தல் கூடும்?

"நீயா" என்றான் அவன்.

அன்னக்கிளி ஆனந்தத்தின் உருவமாகி வண்டியிலிருந்து வெளியே குதித்தாள்.

மருது பாண்டியன் கலகலவெனச் சிரித்தான். அவன் ஏன் சிரிக்கிறான் என்று அறிய மற்றிருவரும் அத்திசை நேரக்கினர்.

திருமலையின் கவனம் வேறுபக்கம் திரும்பிவிட்டதை உணர்ந்த வண்டியோட்டி 'தப்பினோம் பிழைத்தோம்' என்று பதறியடித்துக் கீழே குதித்து ஓடலானான். அவன் முதுகில் தனது நீண்ட வாளின் பின்புறப் பிடியினால் ஒரு அறை வைத்து வழியனுப்பினான் மருது. வீரன்போல் வந்த வீணன் முதுகைக் கைகளால் தடவ முயன்று, உடம்பை நெளித்துக்கொண்டு ஓடியது வேடிக்கைக் காட்சியாக அமைந்தது.

அதைக்கண்டு திருமலையும் சிரித்தான். அன்னக்கிளியின் கிண்கிணி நகையொலியும் அத்துடன் இணைந்து புரண்டது.

6. ஆ! அந்த வண்டி?

"புதுமலர் போன்ற அழகிய பெண்ணே உன் பெயரை நான் தெரிந்து கொள்ளலாமோ?" என்று கேட்டான் திருமலைக்கொழுந்து.

மகிழ்வும் நாணமும் அழகு முகத்தில் குழப்பம் தீட்ட அவள் 'அன்னக்கிளி' என முணுமுணுத்துத் தலையைத் தாழ்த்திக் கொண்டாள்.

அன்னக்கிளி பறந்து செல்ல விரும்பவில்லை என்று புரிந்தது. 'கிளியைக் கூண்டில் அடைத்துச் செல்லத் துணிந்தவன் யாரோ?' என்று அவன் விசாரித்தான்.

இன்று இரவு எவ்வளவோ விபத்துக்களும் விபரீதங்களும் நிகழ்ந்து விட்டன என்றாள் அன்னம். என்ன என்று அறியும் ஆவலை வீரர்கள் இருவரும் காட்டிக்கொண்டதால் அவள் நடந்ததை எல்லாம் ஒருவாறு சொல்லித் தீர்த்தாள்.

கயலெனப் புரண்டு கொண்டிருந்த அவள் விழிகள் அங்கு நின்ற வண்டிமீது மோதின. அதன் புறத்தே தீட்டப் பட்டிருந்த சின்னம் அவள் பார்வையை அடிக்கடி ஈர்த்தது அவள் குனிந்து அதைக் கவனித்தாள். வண்டிக்குள் ஏறும் பளபளப்பான படியமைப்பையும் உற்று நோக்கினாள். ,இந்த வண்டி!' எனும் வியப்புச் சொல் அவள் வாயிலிருந்து உதிர்ந்தது.

'இந்த வண்டிக்கு என்ன?' என்று திருமலை வினவினான்.

'இது திருமாறனின் சொந்த வண்டி. இது பிராட்டி வீட்டின் அருகே எப்படி வந்தது? அவர்தான் வரவே

இல்லையே' என்று அன்னம் தன் மனக்குழப்பத்தை வாய் விட்டே சொன்னாள்.

'திருமாறனா? எந்தத் திருமாறன்?' என்று மருது கேட்டான்.

இந் நகரின் செல்வர்களில் ஒருவர். செல்வாக்கு மிகுந்தவர். முத்து வாணிபத்தையே தன் கைக்குள் வைத்துக் கொண்டிருப்பதாகப் பெருமை பேசும் திருமாறன் தானே? என்று மருது பாண்டியன் விசாரித்தான்.

'நான் மனம் வைத்தால் அரசு கட்டிலில்கூட அமர முடியும்!' என்று கர்வத்தோடு பேசி வருகிற திருமாறன் தானே? என்றான் திருமலை.

'சூழ்ச்சிக்கும், வஞ்சனைக்கும், சிறுமதிக்கும் உறைவிட மாக விளங்கும் திருமாறன் தானா நீ குறிப்பிடுவது?' என்று படபடத்தான் மருது.

'இது எனக்குத் தெரியாது. இந்த வண்டி இந்நகரத் தலை மக்களில் ஒருவரான திருமாறனுடையது. அவர் மாளிகை இருக்குமிடம்...' என்று விளக்கமாகத் தெரிவித்தாள் அன்னம்.

அது கிடக்கட்டும். முதலில் நீ களைப்பாறவேண்டும். நாங்கள் உன்னை உன் இல்லத்தில் கொண்டு சேர்க்கிறோம். உன் அன்னை பயந்து கொண்டிருப்பாள்...' என்று திருமலை சொல்லவும் அவள் நெடுமூச்சு உயிர்த்தாள்.

எனக்குத் தாயும் இல்லை, தந்தையுமில்லை. அமுத வல்லிதான் என்னை ஆதரித்து வருகிறாள். அவள் எனக்குச் சிற்றன்னை உறவு வேண்டும். மிக நெருங்கிய

உறவும் அல்ல. அவளுக்கு என்னிடம் அதிக அன்பு இருப்பதாகவும் சொல்ல முடியாது. பார்க்கிறவர்களில் பெரும்பாலோர் அவளைத் தலைவி என்றும் என்னைப் பணிப்பெண் என்றும் எண்ணுவது வழக்கம்...'

'முரடன் எவனோ வீட்டினுள் புகுந்துவிட்டான் என்றாயே; அவன் என்னென்ன செய்திருக்கிறான் என்று கவனிப்போம். நாங்களும் உன்னோடு வருகிறோம்' என் றான் திருமலை.

'எயிலூர் ஆந்தை இன்னுமா அவ்வீட்டில் இருப்பான்'.

'யார், ஆந்தையா? அவனா அங்கு வந்தவன்?' என்று கேட்டான் மருது. அவன் குரலில் தனியானதொரு பதற்றமும் ஆர்வமும் துடித்தன.

'ஆமாம். காட்டுக் கரடிபோல் வளர்ந்த தடியன்... அவனேதான். அவன் அங்கேயே இருக்கிறானா பார்ப்போம்' என்ற திருமலை, பூஞ்செண்டை எடுப்பது போல் அன்னக்கிளியைத் தூக்கித் தன் குதிரைமீது அமர்த்திக்கொண்டு கிளம்பினான்.

மருது கீழே இறங்கி வண்டியை ஓர் ஓரமாக இழுத்து வீட்டுக் குதிரைகளை அவிழ்த்து அதில் கட்டிப்போட்டான். பிறகு தன் குதிரைமீது ஏறிக்கொண்டு திருமலையைத் தொடர்ந்தான்.

குதிரை வண்டி அமுதவல்லியின் மாளிகையிலிருந்து வெகுதூரம் சென்றிருக்கவில்லை. எனவே அவர்கள் சீக்கிரம் வீட்டருகே வந்துவிட்டார்கள்.

இப்பொழுது நிலவு வெகு பிரகாசமாக இருந்தது. விடிவின் நேரம் நெருங்கிவிட்டபோதிலும், விடிவதற்கு இன்னும் அதிகப் பொழுது இருக்கும்போலும் என்ற

மயக்கத்தை உண்டாக்கும் விதத்தில் வெள்ளிய நிலவு பூச்சொரிந்து குளிர் இளம் பொழுதில், மகிழ்வு துளும்பும் உள்ளத்தோடு, தனது உள்ளம் கவர்ந்த அன்பனோடு சேர்ந்து ஒரே குதிரைமீது அமர்ந்து வீடு நோக்கி வருவது மிக இனிய அனுபவமாகவே பட்டது அந்த இளம் பெண்ணுக்கு. அவள் அவன் மார்புமீது சாய்ந்து கொண்டாள். அன்போடும் ஆதரவோடும் அவன் கை அவளைச் சேர்த்துப் பிடித்துக் கொண்டது. இருவருக்கும் அது சுகமான புதிய அனுபவம்தான்.

ஆனால், அந்த இனிய காட்சியைக் கண்டு கலங்கின இரு கண்கள்; கொதித்தது ஒரு உள்ளம்; எரிந்தது ஒரு வயிறு. அனல் மூச்சு வீசியது நாசி. அவை அழகி அமுத வல்லிக்குச் சொந்தம்.

எயில் ஊர் ஆந்தையினால் அறையப்பட்டு, வேதனை யோடு படுக்கையில் விழுந்த அமுதவல்லி சிறிது நேரம் கண்ணீர் வடித்தபடி கிடந்தாள்.

ஆயினும், மூலையில் முடங்கி அழுதுகொண்டே பொழுதுபோக்கும் இனத்தைச் சேர்ந்த பெண் அல்ல அவள்.

'இனி என்ன செய்யவேண்டும்? திருமாறனை வழிக்குக் கொண்டுவருவது எப்படி? இந்த ஆந்தையை மடக்குவது எவ்வாறு?' என்றெல்லாம் அவள் மனம் திட்டம் தீட்டுவதில் ஈடுபட்டது. 'திருமாறனுக்கு நான் கடிதம் அனுப்பியது ஆந்தைக்கு எப்படித் தெரிந்தது? மாறனுக்காக என் வீட்டுக் கதவு திறந்திருக்கு மென்பதை இவன் அறிய முடிந்தது எவ்வாறு?' என்றும் அவள் மனம் ஐயமுற்றது.

"ஆந்தை அன்னக்கிளியை புகழ்ந்து பாராட்டினானே! அவள் மீது ஆசை இருப்பதாகக் காட்டிக் கொண்டானே! அவள் அவனை முன்பே சந்தித்திருப்பாளோ? திருமாறனை காணப்போகும் வழியில் அவன் அவளைக் கண்டு பேசிச் செய்தி அறிந்திருக்கவும் முடியுமல்லவா?" சந்தேகம் கொண்ட உள்ளம் இப்படிக் கொடி படர விட்டது.

அமுதவல்லி ஊஞ்சலில் அமர்ந்தும், எழுந்து நடந்தும், சாளரம் தோறும் நின்று நின்றும் சிந்தனைக்கு வேலை கொடுத்துக் கொண்டிருந்தாள். வெளி உலகின் மோகனக் கொலு அவள் பார்வைப் புலனையும் தொட்டதால், ஓரிடத்தில் அவள் அதிக நேரம் நின்றாள்.

"அன்னம் அலறினாளே? என்ன ஆனாளோ தெரிய வில்லையே?" என்று அவள் எண்ணத் தொடங்கியபோது தான், குதிரைகள் வந்த காட்சி அவளது பார்வையை இழுத்தது. மெது நடையில் உலா வருவதுபோல் குதிரைகள் வருவதும், ஒரு குதிரைமீது அன்னக்கிளியும் வனப்புள்ள இளைஞன் ஒருவனும் வீற்றிருந்த நேர்த்தியும் எந்தப் பெண்ணுக்குத்தான் பொறாமையை உண்டாக்காது? அமுதவல்லிக்கும் பொறாமை பிறந்தது.

குதிரைகள் அவள் வீட்டின் முன் வந்து நின்றன. இளைஞர்கள் குதித்து இறங்கிய மிடுக்கும், திருமலை அன்னத்தை இறக்கிய அழகும், அவள் அவனை விட்டுப் பிரிய மனமில்லாதவளாய் அவனோடு சேர்ந்து நின்றதும், அவன் அவள் முகத்தைப் பார்த்து முறுவல் பூக்க, அன்னம் தாமரை மலர் போன்ற தன் எழில் முகம் உயர்த்தி மகிழ்வு காட்டியதும் நிலவொளியில் அற்புத ஓவியங்களாகத் தோன்றின. ஆயினும் அவற்றை ரசிக்கும் மனநிலை அமுதவல்லிக்கு இல்லையே.

மூவரும் மாடிக்கு வந்தனர். அவர்கள் வருவதற்கு முன்னரே அமுதவல்லி வேகமாக நகர்ந்து ஊஞ்சலில் படுத்துக்கொண்டாள். அவ் வேளையில் கூட வருகின்ற இளைஞரின் பார்வையையும் மனதையும் கவரக்கூடிய வசீகர நிலையில் சரிந்து கிடக்க அவள் சிரத்தை எடுத்துக் கொண்டாள்.

அவளுடைய தன்மைகளை ஒருவாறு அறிந்திருந்த அன்னக்கிளி முதலில் தன்னைப்பற்றிய பேச்சை எடுக்க வில்லை. பரிவுடனும் கவலையோடும் தலைவி பற்றியே வினவினாள்; ஆந்தை எப்படி ஒழிந்துபோனான் என்று விசாரித்தாள்.

'சனியன் எப்படியோ தொலைந்தது' என்று அலுப்புடன் மொழிந்தாள் அலங்காரி.

தனக்கு நேர்ந்த ஆபத்தையும் நல்ல சமயத்தில் அவ் வீரர்கள் வந்து காப்பாற்றியதையும் அன்னம் அவளுக்குச் சொன்னாள். 'ஒரு முக்கியமான சேதி அம்மா. இரவில் நம் வீட்டருகே ஒரு வண்டி நின்றிருக்கிறது. குதிரைகள் பூட்டப்பட்ட நிலையிலேயே நின்ற அந்த வண்டி திருமாறனுடையது...' என்றாள்.

'என்ன?' என்று அடக்கமுடியா ஆர்வத்தோடு கேட்டபடி எழுந்து உட்கார்ந்தாள் அமுதம். திருமாறனின் சொந்த வண்டியா? அப்படியானால்...'

'அதுதான் எனக்கும் விளங்கவில்லை அம்மா. ஒரு வேளை அவர் வந்திருப்பாரோ?' என்று அன்னக்கிளி இழுத்தாள்.

'வந்திருந்து, ஆந்தை அவரைத் தாக்கிக் கொன்று விட்டு அவனே இங்கு வந்திருப்பானோ? அவள் சந்தேகம் வளர்ந்தது.

விடிவின் வெள்ளொளி எங்கும் பரவிவிட்டது. உயிர்ப்பின் கானம் விண்ணை நிறைத்தது. உயிரின் அசைவுகள் மண்ணகத்துக்கு விழிப்பும் இளமையும் தந்தன.

அமுதவல்லி ஓர் ஆளை அழைத்தாள்.

இவர்கள் காட்டும் இடம் சேர்ந்து அங்கு நிற்கும் குதிரை வண்டியை ஓட்டி வந்து நம் வீட்டில் நிறுத்து போ என்று அவள் கட்டளையிட்டாள்.

வீரர்கள் விடைபெற்றுச் சென்றார்கள்.அப்பொழுது கூடத் திருமலையின் கண்ணொளி அன்னத்தின் முக மலரில் செம்மையும் மலர்ச்சியும் சேர்த்ததை அமுதவல்லி கவனிக்கத் தவறவில்லை.

திருமலையும் மருதுபாண்டியனும் வேலையாளுடன் சென்றனர். வண்டி நிற்க வேண்டிய இடம் சேர்ந்ததும் வீரர்கள் இருவரும் திகைத்தனர். 'ஆ! அந்த வண்டி எங்கே! என்று திடுக்கிட்டான் மருது, அங்கே வண்டி எதுவும் இல்லாததால்!

7. கவனத்தைக் கவர்ந்தவை

அமுதவல்லிக்குப் பொழுது நன்றாக விடியவில்லை; இரவு நேரம் தந்த ஏமாற்றமும் மனக் குழப்பமும் வேதனைகளும் அவள் உள்ளத்தையும் உணர்வையும் வெகுவாகப் பாதித்துள்ளன என்பதை அன்னக்கிளிதான் முதலில் உணர நேர்ந்தது.

வீட்டின் முன்னே வந்து நின்ற வண்டி இளமாறனுடையது என அறிய நேர்ந்ததும் அமுதவல்லி அடைந்த பரபரப்பு, அவ் வண்டி எப்படியோ மறைந்து போய் விட்டது என்று தெரிந்து கொண்டதும் இனம் புரிந்து கொள்ள முடியாத மனக் குழப்பமாக மாறியது.

தூக்கம் பிடிக்காமல் போனதால் எழுந்த கண் எரிச்சலோடு மன எரிச்சலும் சேர்ந்தது. 'ஏய் அன்னம்!' என்று கடுகடுப்பாக அவள் கூவிய தோரணையே 'அம்மாளுக்கு மனசு சரியாயில்லை' என்று பணிப்பெண்கள் பலருக்கும் ஒலி பரப்பியது.

அன்னக்கிளி அடக்கமாக வந்து அவள் முன் நின்றாள். எங்கோ பார்வையைப் பதிய விட்டிருந்த தலைவி, சிறிது நேரத்துக்குப் பிறகே, அன்னம் அங்கு வந்து நிற்பதை உணர்ந்தவள்போல் காட்டிக்கொண்டாள். 'ஆமாம்; அது திருமாறன் வண்டி என்று உனக்கு எப்படித் தெரியும்?' என்று கேட்டாள்.

அந்த உண்மையை அவள் அறிய முடிந்ததை அன்னம் அறிவித்தாள்.

அதை முதலிலேயே பெரியவளுக்கு அவள் அறிவித்திருந்த போதிலும், 'நான் தான் அதை அப்பொழுதே சொல்லிவிட்டேனே! என்று சிடு சிடுக்கும்

உரிமை அவளுக்குக் கிடையாதே!' "அந்த வண்டி எப்பொழுது வந்திருக்கும்? வண்டி வந்ததோ நின்றதோ நம் காதில் விழவே இல்லையே?" என ஐயுற்றாள் தலைவி.

'நாம் ஆந்தையுடன் போராடிக்கொண்டிருக்கையில் வண்டி வந்திருக்கலாம்' என்று அன்னம் மொழிந்தாள்.

அவ்வாறானால் ஆந்தை அவரைக் கொல்லவில்லை என்கிறாய்?'

'யாரும் யாரையும் கொன்றதாக நான் கூறவில்லையே?' என்று பதற்றமாகக் குறிப்பிட்டாள் அன்னம்.

'நீ சொன்னதாக நான் சொன்னேனா? ஆந்தை அவரைக் கொன்றுவிட்டு இங்கு வந்திருப்பானோ என்ற சந்தேகம் எனக்கு...'

'கீழே பதுங்கி நின்றவனோ, அல்லது வேறு எவரோ அவரைக் கொன்றிருக்கலாம், திருமாறன் இரவில் இங்கே வந்திருந்தால்...' என்று அன்னக்கிளி இழுத்தாள்.

'ஏன் அவர் வந்திருக்கமாட்டார்? பின் அவர் வண்டி ஏன் இங்கு வந்து நின்றது?' என அமுதம் படபடத்தாள்.

ஆந்தைகூடச் சொல்லவில்லையா. அவர் இப்போது வேறு எங்காவது இருக்கலாம் என்று! ஆந்தையே அந்த வண்டியில் வந்திருக்கலாமே. திருமாறனிடமிருந்தே தகவல் அறிந்துகொண்டு.

அவள் மேலும் பேசியிருப்பாள். ஆனால், அமுதவல்லி வெடுக்கெனக் கத்தினாள், 'சீ, வாயை மூடும்' என்று. அவரைச் சந்தேகிக்க உனக்கு என்ன தகுதி இருக்கிறது? அவர் ஏன் ஆந்தையோடு நட்பு கொள்ளவேண்டும்? நான்

அவரை வருமாறு அழைத்திருக்கும்போது, அவர் எதற்காக ஆந்தையை அனுப்பவேண்டும்?' என்று கடுகடுப்பாகக் கூறினாள்.

அன்னக்கிளி வாய் திறவாது நிற்பதே சாலச் சிறந்தது என மதித்து, சிலையாகிவிட்டாள்!

அது சரி. 'குதிரைமீது வந்தது யார்?' என்று, அன்னம் எதிர்பாராதவேளையில் அவள் எதிர்பார்த்திராத கேள்வியை வீசினாள் தலைவி.

எனக்குத் தெரியாது அம்மா, யாரோ வழிப்போக்கராக இருக்கும். 'தெய்வம்போல் வந்து காப்பாற்றினார்' என்று அன்னக்கிளி சொன்னாள். அதை அவள் கூறும் போதே அவள் முகம் நன்றிப் பெருக்கினாலும், உளம் கனிந்த மகிழ்ச்சியாலும் மலர்ச்சிபெற்றது. அவள் கண்களில் சுடரொலி சேர்ந்தது.

அவள் முகத்தை உற்று நோக்கியபடி இருந்த அமுத வல்லியின் உள்ளத்தில் சிறு கொதிப்பு ஏற்பட்டது. தெரியாது என்று ஏன் பொய் சொல்கிறாய்? தெரியாத அந்நிய னோடுதான் ஆனந்தமாக உட்கார்ந்து உலா வருவதில் இன்பம் கண்டாயாக்கும்?'என்று குத்தலாகச் சொன்னாள் அவள்.

'உண்மைதான், அம்மா. நேற்று மாலையில் நமது வீதி வழியே அந்த இரண்டு பேரும் குதிரைகளில் போனார்கள். அப்பொழுது தற்செயலாக நான் அவர்களைப் பார்க்க நேரிட்டது. இரண்டாவது தடவையாக நான் அவ்விருவரையும் கண்டது எனக்கு ஏற்பட்ட விபத்தின் போதுதான். அவர்கள் இருவரும் தக்க தருணத்தில் வந்து உதவி புரிந்திரா விட்டால், என்

கதி என்ன ஆகியிருக்குமோ?' என்று கூறினாள் அன்னக்கிளி.

அவள் பொய் சொல்லவில்லை என்பதை நன்கு உணர முடிந்தது தலைவியால். ஆகவே அவள் எரிச்சலோடு, 'சரிசரி, போய் உன் வேலைகளைக் கவனி. அப்புறம் உன்னைக் கூப்பிடுகிறேன்' என்று சொல்லி அன்னத்தை அனுப்பிவைத்தாள்.

யோசனையில் ஆழ்ந்துவிட முயன்ற அமுதவல்லி அவளை அறியாமலே தூக்கத்தில் ஆழ்ந்துவிட்டாள். அது பணிப்பெண்களுக்கு நல்லதாயிற்று. இல்லையெனில் அவர்களை ஓட ஓட விரட்டி, தன் எரிச்சலையும் ஆத்திரத்தையும் அவர்களிடம் தீர்த்துக்கொள்ள முயலுவாள் தலைவி.

அவள் எவ்வளவு நேரம் தூங்கியிருப்பாளோ, அமுத வல்லிக்கே அது தெரியாது. துர்க்கனவிலிருந்து விழித் தெழுந்தவள்போல் அவள் பதறி எழுந்தாள். "அன்னம்?" என்று அலறினாள்.

அன்னக்கிளி ஓடிவந்து நின்றதும் 'அன்னம் இப்பொழுது நீ திருமாறன் இல்லம் சென்றாக வேண்டும்' என்றாள் தலைவி.

அன்னம் தயக்கத்தோடு மிரள மிரள விழித்தாள். தலைவியின் பேச்சைத் தட்டிப் பேசும் பழக்கம் இல்லாதவள் அவள். அமுதம் இடுகின்ற ஆணைகளை ஏற்று, அவள் விருப்பம்போல் செயல் புரியும் பண்பு பெற்றவள். இப்போது பெரியவளின் கட்டளைக்கு மறுப்புக் காட்ட வேண்டியிருக்கிறதே என்ற தயக்கமும். அவள் எப்படிச் சீறிப்பாய்வாளோ என்னும் அச்சமும்

அன்னத்துக்கு எழுந்தன. இருப்பினும் துணிந்து 'அம்மா...' என்று வாய் திறந்தாள்.

அமுதம் அவள் போக்கிலேயே பேசிக் கொண்டிருந்தாள்: 'வருகிறேன் என்று சொன்ன திருமாறன் ஏன் வரவில்லை என்பதை நான் அறிந்தாக வேண்டும். அவர் வந்து வழியில் ஏதேனும் இடைஞ்சல்கள் ஏற்பட்டதனால் வீடு திரும்பி விட்டார்' என்று அறிந்தாலாவது எனக்கு ஒரு மன அமைதி ஏற்படும். அவர் வண்டி என்ன ஆயிற்று என்றும் தெரிய முடிந்தால் அறிந்துவா.

'அம்மா என்னை மன்னியுங்கள். திருமாறனைக் கண்டு பேச வேறு யாரையாவது அனுப்புங்கள் அம்மா...'

அன்னக்கிளி பணிவுடன்தான் மொழிந்தாள்.ஆயினும் அமுதத்தின் உள்ளத்திலே அது சினமெனும் தீயைப் படரவிட்டது என்பதைத் தலைவியின் முகக் கடுப்பு பளிச் இட்டுக் காட்டியது.

அவளது எரிதழற் பார்வை பேதைப் பெண்ணைச் சுடுவது போலிருந்தது.

'உனக்கு என்ன கேடு? என்னை மறுத்துப் பேச உனக்கு என்ன அகந்தை?' என்று சீறினாள் தலைவி.

'உண்மையை அறிந்தால் உங்களுக்கு மனவேதனை ஏற்படலாம், அல்லது ஆத்திரம் உண்டாகலாம்...

'உனது வெறும் பேச்சை எல்லாம் கேட்க நான் விரும்பவில்லை. உண்மையாம்! மகர உண்மையை இவள் தான் கண்டுபிடித்துவிட்டாள்! திருமாறனுக்கு இங்கு வரச் சம்மதம் இல்லை என்று சொல்வாய். அப்படித்தானே?" என்று படபடத்தாள் அமுதம். நீ இப்பொழுதே புறப்பட வேண்டும். இந்தக் கடிதத்தை

அவரிடம் கொடு. மறு மொழி பெறும் வரை நீ அங்கேயே காத்திருக்கவேண்டும்' என்றாள்.

அன்னக்கிளி மேலெழுந்த நெடுமூச்சைத் தலைவி அறியாமல் அமுக்கிவிடப் பெரிதும் முயன்றாள். கடிதத்தைப் பெற்றுக்கொண்டு நடந்தாள். அவள் நடையிலே துடிப்பு இல்லை. முகத்திலே உவகை இல்லை. தயங்கித் தயங்கி நடந்து செல்லும் அன்னத்தையே கவனித்துக் கொண்டிருந்த அமுதம், 'இவளுக்குத் திடீரென்று ஏன் இந்தக் கிறுக்கு?' என்று முனகிக்கொண்டாள்.

அன்னக்கிளி சென்ற பின்னர் சிறிது நேரம் அமுத வல்லி படுக்கையிலேயே சோம்பிக் கிடந்தாள். பிறகு எழுந்து அப்படியும் இப்படியும் நடக்கலானாள். அவள் பார்வை குறிப்பற்று வெளியுலகின் காட்சிகள் மீது புரண்டு திரிந்தது.

அப்பொழுது வெயில் நன்றாகக் காய்ந்து கொண்டிருந்தது. உறைப்பாகவே விழுந்தது அது. காற்றின் அசைவு சிறிதுகூட இல்லாத அவ் வேளையில் நண்பகலை எட்டிக் கொண்டிருந்த பொழுதில், வெயிலின் சூடு தாங்காமல் தாவர இனமும் உயிர் வர்க்கங்களும் கிறங்கிக் கிடக்கின்றனவோ என்று தோன்றும் விதத்தில் அமைதி நிலவியது. தோட்டம் நிழலும் வெயிலும் செறிந்து ஒருவிதக் கவர்ச்சியோடு விளங்கியது.

அமுதவல்லியின் கண்கள் சட்டென்று ஏதோ ஒன்றின் அசைவினால் ஒரு மரத்தின் பக்கம் ஈர்க்கப்பட்டன. நன்கு போர்த்தியிருந்த ஓர் உருவம் அந்த மரத்தடியில் குனிந்து எதையோ எடுத்துக்கொண்டு வேகமாக, மரங்களடர்ந்த பகுதிக்குள் சென்றதை அவள் கண்டாள், அது யாராக

இருக்கும்.அவன் அவ்வாறு பதுங்கிப் பதுங்கிச் செல்லக் காரணம் என்ன? அவன் என்ன எடுத்துச் சென்றிருப்பான்? அப்படி யார் அவனுக்கு எதை மறைத்துக் கொடுத் திருக்க முடியும்?- அவள் மனம் பலப்பல கேள்விகளை எழுப்பியது.

பணியாளை ஏவி என்ன விஷயம் என்று அறியச் செய்யலாம் என்ற எண்ணம் அவளுக்கு உண்டாயிற்று. ஆளை அழைப்பதற்காக அவள் திரும்பியபோது ஒரு வேலைக்காரி வந்து வணங்கி நின்றாள். 'என்ன?' என்று தலைவி நோக்கினால் விசாரிக்கவும். 'திருமாறன் வந்திருக்கிறார் அம்மா!' என்று அறிவித்தாள் அவள்.

அமுதவல்லி மிகுந்த பரபரப்பு அடைந்தாள். அதனால் அவள் இதர விஷயங்களை மறந்து "அவரை இங்கே வரச்சொல்!" என்று உத்தரவிட்டாள். கண்ணாடி முன் நின்று தனது முகத்தையும் ஆடைகளையும் சரி செய்வதில் அக்கறை காட்டினாள் அவள்.

8. அன்னத்துக்கு வந்த இன்னல்

திருமாறனைக் கண்டு விவரம் தெரிந்து வா என்று அமுதவல்லி கட்டளையிட்டதும் அன்னக்கிளி மறுத்துரைத்ததற்குக் காரணம் இருந்தது. அதை அவன் தலைவியிடம் அறிவிக்கத் தயங்கியதற்கும் காரணம் இல்லாமலில்லை.

உற்சாகமின்றித் தலைவியின் கட்டளையை நிறைவேற்றச் சென்று கொண்டிருந்த அன்னக்கிளி அதைப்பற்றி நினைத்த படியே தான் நடந்தாள்,

முந்திய தினம் அவன் தலைவியின் கடிதத்தைத் திருமாறனிடம் சேர்ப்பிக்கச் சென்றபோது வெகு நேரம் வரை காத்து நிற்க நேர்ந்தது. அவரிடம் தனிமையில் அதைத் தர வேண்டும் என்று தலைவி உத்தரவிட்டிருந்தாளே! திருமாறன் இதர அலுவல்களை யெல்லாம் கவனித்து முடித்துவிட்டு அவள் பக்கம் கண்களைத் திருப்பினார். உடனே அக் கண்களில் பிறந்த தனி ஒளி அன்னத்தைக் கூசி நாணுறச் செய்தது.

திருமாறன் பெரிய மனிதர்; செல்வர்; நாட்டில் உள்ள பெரியவர்களும் செல்வர்களும் போற்றும் நிலையில் இருப்பவர் என்றெல்லாம் கேள்விப்பட்டிருந்தாள் அன்னம். அவரிடம் அவளுங்கு ஒரு ரகமான பயமும் மதிப்பும் ஏற்பட்டிருந்தன. அவர் அவளை அவ்விதம் நோக்கியது அவள் மனசுக்கு வேதனை அளித்தது. அவள் தலையைத் தாழ்த்தியபடி கை நீட்டிக் கடிதத்தைக் கொடுத்தாள்.

அளவுக்கு அதிகமான வெட்கம் அழகான பெண்ணுக்குக்கூட அழகாக இருப்பதில்லை; உள்ள

அழகையும் அது கெடுத்துவிடுகிறது' என்று சொல்லி அவர் குறும்புச்சிரிப்பு சிரித்தார்.

அவர் பேச்சும் சிரிப்பும் அவள் காதைக் குத்தி உள்ளத்தில் தைத்தன. அவள் உடலில் சிறு நடுக்கம் பரவியது.

'நான் வந்து நேரமாயிற்று. அம்மா மறுமொழிக்காகக் காத்திருப்பார்கள். உங்கள் கடிதம் ஏதாவது இருந்தால் ...' என்று முணமுணத்தாள் அன்னம்.

"உன் குரல் இனிமையாக இருக்கிறது. தெளிவாகப் பேசினால் என்ன குறைந்துவிடுமாம்? உன் பேர் என்னவோ?" என்றார் அவர்.

பேரைச் சொல்வதா, கூடாதா என்று தயங்கினாள் அவள். உரிய பதிலைக் கூறாதிருந்தால் அது மரியாதைக் குறைவாகத் தோன்றலாம் எனக் கருதித் தன் பெயரைச் சொன்னாள்.

"இதைச் சொல்ல நீ ஏன் பயப்பட வேண்டும்?" என்று கேட்டபடி திருமாறன் அவள் நீட்டிய கையையே பற்றி அவளை அருகாமையில் இழுத்தார்.

அவள் திடுக்கிட்டுப் பதறி 'ஐயோ! ஐயோ!' என்று கூவி விட்டாள்.

'கடிதத்தைப் பிடித்துக்கொண்டு, அழகான கையை விட்டுவிட்ட பெரிய மனிதர் சிரிப்பெனும் பெயரில் கனைப்பொலி எழுப்பினார். நீ என்ன இவ்வளவு பயந்தாங் கொள்ளியாக இருக்கிறாய்? சிறுபிள்ளை மாதிரி அஞ்சி நடுங்குகிறாயே!' என்றார்.

'அன்னக்கிளி, காற்றில் அலைபட்ட சிறு தளிர்போல் நடுங்கிக் கொண்டிருந்தாள்.நான் போகவேண்டும்...நான் போகிறேன்...' என்று முனகினாள்.

'போகாமல் என்னோடு இருந்துவிடு கண்ணே என்றா நான் சொல்கிறேன்? சிறிது நேரம் பேசிவிட்டுத்தான் போயேன்?' என்று திருமாறன் சொன்ன விதமும், அவர் பார்த்த தினுசும் அன்னக்கிளிக்குப் பிடிக்கவில்லை; பதை பதைப்பையும் உண்டாக்கின.

அவள் திரும்பி ஓடுவதற்கு வழிபார்த்தாள். அவருடைய பதிலை எடுத்துச் செல்லாமல் சும்மா போனால் தலைவி கோபிப்பாளே என்ற பயம் வேறு.

திருமாறன் அவளை விழுங்கி விடுவதுபோல் பார்த்துக் கொண்டிருந்தார். 'நான் எவ்வளவோ மலர்களைக் கண்டு களித்திருக்கிறேன். உன்னைப்போன்ற மிக இனிய மலரை நான் இதுவரை கண்டதில்லை' என்று உளறத் தொடங்கினார்.

அன்னக்கிளியின் நல்ல காலம் ஏதோ முக்கிய அலுவலின் மீது இரண்டு பேர் வந்து அவரைக்காண அனுமதி கோருகிறார்கள் என்ற தகவலோடு பணியாள் வந்து நின்றான். 'இதோ வருகிறேன்' என்று வேலைக்காரனை அனுப்பிவிட்டு அவர் அன்னத்தை நோக்கி முறுவல் பூத்தார்.

'அன்னம்! நீ என் பசி தீர்க்கும் அன்னமாக மாறுவாயோ என்னவோ' என்று வேடிக்கையாகப் பேசுவது போல் குறிப்பிட்டு, தனது கருத்தைப் பார்வையால் வெளியிட்டார் அவர்.

"அம்மாவிடம் என்ன சொல்ல வேண்டும்?" என்று அவசரப்பட்டாள் அன்னம்.

'வருவதாகச் சொல் கிளியே' என்றார் திருமாறன். வந்தால் இந்தக் கிளியையும் பார்க்கலாம் அல்லவா? என்று மென்குரலில் சொல்லி மெதுவாக அவள் கன்னத்தில் விரலால் தட்டிவிட்டு வெளியேறினார்.

நிம்மதியாய் மூச்சு உயிர்க்க அன்னக்கிளி வீடு நோக்கில் திரும்புவதில் ஆர்வம் காட்டினாள். ஒரு அபாயத்திலிருந்து இப்போதைக்குத் தப்பிவிட்டோம் என்ற உணர்வு அவள் உள்ளத்தில் துளும்பியது.

திருமாறன் இப்படிப்பட்டவர் என்று எனக்குத் தெரியாதே என்று அவள் மனம் பேசிற்று. அவர் கௌரவ மிக்கவர்; நல்லவர் என்றே அவள் எண்ணியிருந்தாள். அவருக்கு ஏறக்குறைய நாற்பது வயதிருக்கும். ஆயினும் வயதை எடுத்துக்காட்டாத கட்டுடலும் வனப்புத் தோற்றமும் பெற்றிருந்தார். அவரைக் கண்டு மோகிப்பவர்கள் இருக்கலாம். ஆனால் அன்னக்கிளி அவரை வெறுத்தாள்.

மறுபடியும் அவர் முன்போய்த் தனியாக நிற்கவேண்டிய அவசியம் ஏற்பட்டு விட்டதே என்று வருத்தப்பட்டாள் அவள். தனது வாழ்க்கையில் எதிர்பாராத சுழல்கள் சுழியிடத் துவங்கிவிட்டதை அவளால் எண்ணாதிருக்க இயலவில்லை.திருமாறன் அவளிடம் விளையாடத் துணிந்த அதே நாளையில்தான் அவள் குதிரைமீது வந்த சுந்தர குமாரனைக் காண நேர்ந்தது. அன்று இரவில்தான் எயில் ஊர் ஆந்தையோடு அவள் போராட வேண்டிய நெருக்கடி ஏற்பட்டது! அவனிடமிருந்து தப்பி ஓடியபோது அவள் எதிர்பார்த்திராத வகையில் ஒருவன்

அவளைத் தூக்கிச் செல்ல முயன்றான். காலம் உதவிபுரிந்து குதிரை வீரனைக் கொண்டுவந்து சேர்த்தது...

திருமலையின் நினைவு அன்னக்கிளியின் உள்ளத்தில் இனிமை கூட்டியது. அவனது வீரத் திருவுருவமும், அழகு முகமும், அருள் ஒழுகும் விழிகளும் அவள் கண்முன் தோன்றித் தோன்றி அவளுக்கு உவகையூட்டின. அவன் நினைப்பில் லயித்தபடி நடந்த அன்னத்துக்கு அளவிலா மகிழ்ச்சிதரும் வகையில் எதிரே குதிரை மீது திருமலையே வந்து கொண்டிருந்தான்.

அவன் அவ்வேளையில் வந்தது -- அதுவும் அருகே தோழன் இன்றித் தனியாக வந்தது - அவளுடைய ஆனந்தத்தை அதிகப்படுத்தியது. அவள் அகமும், முகமும் மலர, படபடக்கும் விழிகளை அவன் மீது பதித்து, சற்றே விலகி நின்றாள்.

திருமலையும் அவளைக் கண்டதால் எழுந்த மகிழ்ச்சியோடு குதிரையை விட்டுக் கீழே குதித்து அருகடைந்தான். "உன்னை இவ்வேளையில் இந்த இடத்தில் காண முடியும் என்று நான் எண்ணவே இல்லை அன்னம்!" என்றான்.

'நானும் உங்களை எதிர்பார்க்கவில்லை' என்று கூறி, அவள் ஆசையோடு அவன் முகத்தையே பார்த்து நின்றாள். அவன் விசாரிக்கவும், அவள் கடமை மேல் செல்வது பற்றி எடுத்துரைத்தாள். தன் உள்ளத்தை உறுத்திய இதர விஷயங்களை அவள் வெளியிடவேயில்லை.

அவளுக்கு அவனோடு என்ன பேசுவது என்றே புரிய வில்லை. அவனுக்கும் அவளிடம் பேச்சு கொடுத்துப் பேச்சு பெறவேண்டும் என்று தோன்றவில்லை.

இருவரும் விழியோடு விழி சேர்த்து, முறுவல் கூட்டி நிற்பதிலேயே எவ்வளவோ விஷயங்களை உணர முடிந்தது. ஆகவே, அவர்களிடையே பேச்சுக்குப் பொருள் இல்லை எனும் நிலை நீடித்தது.

திடீரென்று இருவரும் சிரித்தார்கள்.

'இப்பொழுது ஏன் சிரித்தாய், அன்னம்?' என்று கேட்டான் திருமலை.

"நீங்கள் ஏன் சிரித்தீர்களாம்?" என்றாள் அவள்.

'இப்படி நாம் தெருவில் பேசாமல் நின்றுகொண்டிருந்தால் என்ன அர்த்தம்? அதை நினைத்துத்தான் சிரித்தேன்' என்று அவன் கூறினான்.

'நானும் அதற்காகத்தான் சிரித்தேன். நம் இருவர் மனசும் ஒன்றுபோல் இருக்கிறதே!' என்றாள் அன்னக்கிளி.

"எனக்கு நேரம் ஆகிவிட்டது. போனவள் இன்னும் வரவில்லையே என்று அமுதவல்லிப் பிராட்டியார் இப் பொழுது கூட எரிச்சலுடன் எதிர்பார்த்துக் கொண்டிருப்பார்கள்' என்று கூறியபடி அவள் நடக்கலானாள். திரும்பித் திரும்பிப் பார்த்தவாறே நடந்து சென்றாள் அவள்.

அவள் மறையும்வரை அவள் பக்கமே கண் எறிந்து நின்ற திருமலைக்கொழுந்து, பிறகு குதிரை மீதேறிக் கொண்டு தனது வழியே செல்லலானான்.

'அவனைத் தேடிவந்த மருது பாண்டியன் நீ எங்கே ஊரு சுற்றப் போய்விட்டாய்? நாம் வந்த பணியை நீ முற்றிலும் மறந்துவிட்டாய் போலும்!' என்று கடிந்து கொண்டான்.

'நான் ஒன்றும் மறக்கவில்லை' என்றான் திருமலை.

நினைவில் கொண்டிருந்தால் அல்லவா மறக்க முடியும் என்கிறாயாக்கும்? அதுவும் சரிதான். உன் நினைவுதான் கருவண்டுகள் போன்ற கண்களை உடைய ஒருத்திமீது லயித்துக் கிடக்கிறதே' என்று நண்பன் கெண்டை பண்ணினான்.

திருமலை மென்னகையை இதழ்களில் விளையாட விட்டானே தவிர, வேறு பேச்சு எதுவும் பேசவில்லை. அவன் அருகில் வந்து மருது பாண்டியன் மென்குரலில் முண முணத்தான். அவன் சொன்ன செய்தி முக்கியமானது என்பதைத் திருமலையின் பரபரப்பு விளம்பரப்படுத்தியது; இருவரும் ஒத்துப் பேசுக்கொண்டு கிளம்பியதுபோல, குதிரைகளை முடுக்கினார்கள். பொங்கி எழுந்த புழுதிப் படலம் அவர்களுக்குத் திரையிட்டது.

மருது வந்ததையும், இரண்டு பேரும் வேகமாகச் சென்றதையும் நின்று கவனிக்காதவளாய் அன்னக்கிளி திருமாறன் இல்லம் நோக்கிச் சென்றாள்.

'அங்கே அவர் இல்லை' என்ற செய்தி கிடைத்தது அவளுக்கு. வேறு விவரம் எதுவும் கிட்டவில்லை. விரைவில் வந்துவிடுவார் என்று கேள்வியுற்றதால், அவர் வருகிற வரை காத்திருப்பதே நல்லது என்று அவள் தீர்மானித்தாள். ஒரே இடத்தில் தங்கியிருக்கப் பிடிக்காமல் அவள் அவ்வீட்டைச் சுற்றி வருவதில் உற்சாகம் கொண்டாள்.

அப்படி அவள் வருகிறபோது குதிரைகளும் வண்டிகளும் நிற்கும் இடத்தை அடைந்துவிட்டாள். 'திருமாறன் குதிரைகள்மீது அதிக ஆசை உடையவர் போலும்!

எத்தனை குதிரைகள் வைத்திருக்கிறார்! எவ்வளவு அழகான குதிரைகள்! வண்டிகளில்தான் எத்தனை ரகம்!" என்று அவள் மனம் வியப்புற்றது.

வண்டிகளை ஒவ்வொன்றாக ஆராய்ந்து வந்த அவள் பார்வை ஒரு வண்டியின் மீது நிலைபெற்றது. 'இதுதான் இரவில் வந்தது' என்று அவள் உறுதியாக அறியமுடிந்தது. இது வழியில் நிறுத்தப்பட்டு பிறகு காணாமல் போய்விட்ட தென்று காலையில் எண்ணினோமே, இங்கே எப்படி வந்தது? யாரும் இதை மீண்டும் இங்கேயே கொண்டு வந்து விட்டிருப்பார்களோ தெரியவில்லையே என்ற திகைப்பு அவளுக்கு ஏற்பட்டது.

அவள் அங்குமிங்கும் பார்த்தபடி அடியெடுத்து வைத்தாள். ஓர் அறையின் கதவு திறந்து கிடந்தது. உள்ளிருந்து கலகலவெனும் ஓசை வந்துகொண்டிருந்தது. இயல்பான உணர்வு தூண்டவும் அங்கே என்ன நடக்கிறது என்று அறியும் அவாவோடு அவள் உள்ளே எட்டிப் பார்த்தாள். அவளால் அவளுடைய கண்களையே நம்ப முடியவில்லை.

அங்கு முத்துக்கள் குவியல் குவியலாகக் கிடந்தன. பலதரப்பட்ட முத்துக்கள் தரவாரியாகப் பிரித்து ஒதுக்கி வைக்கப்பட்டிருந்தன. வேறு பல மணிகளும் மதிப்புயர்ந்த கல் நகைகளும் இறைந்து கிடந்தன. ஆள் யாரும் அவள் பார்வையில் படவில்லை. அந்த அறைக்கும் உள் அறையாக வேறு இடம் இருக்குமோ என்று அன்னம் உள்ளே கொஞ்சம் நகர்ந்து எட்டிப்பார்த்தாள்.

'ஆகா, ஓடிச்சென்ற கிளி தானாக வந்து கூண்டில் சிக்கிக்கொண்டது. பளா பளா!?' என்று ஒரு முரட்டுக்

குரல் காதில் விழுந்தது. அவள் பதற்றத்துடன் திரும்பி நோக்கினாள்.

அவள் வருவதற்கு வழி அமைத்துத் தந்த வாசல் இப்போது இறுக மூடிக் காணப்பட்டது. வெளியே நின்று கனத்த குரலெழுப்பி யாரோ சிரிப்பதும் செவிட்டில் அறைந்ததுபோல் கேட்டது. அந்தச் சிரிப்பு, அந்தப் பேச்சொலி, அவை யாருடையவை என உணர்ந்த அன்னம் விலவிலத்துப்போனாள்.

9. அனல் ஊற்றான பூம்புனல்!

கயவரின் உள்ளம்போல் கறுத்திருந்த இரவு நேரம் முழுவதும் கண்ணுறங்காது எவனுக்காகக் காத்திருந்தாளோ, வந்து விட்டான் என்று ஆசையோடு எதிர்பார்த்துக் கன்னெஞ்ச ஆந்தையின் குறுக்கீட்டால் ஏமாற்றம் அடைந்த பின்னரும் எவன் வருகையை விரும்பினாளோ. அந்தத் திருமாறன் வந்துவிட்டான் என்ற சொல் செவியில் புகுந்ததுமே, அமுதவல்லி புத்துயிர் பெற்றவள் போலானாள்.

அவள் உள்ளம் உவகையின் பெருக்கால் நனைந்தது. முகம் சிரிப்பால் மலர்ந்தது. எரிச்சலும் ஆத்திரமும் மறைந்தன. உணர்ச்சிக் கிளுகிளுப்பு பிறந்தது, குதித்துச் சுழன்றாடிக் கும்மி கொட்டிக் குதூகலிக்கலாம் போலிருந்தது அவளுக்கு. அதை அவள் கட்டுப்படுத்திக் கொண் டாள். அதற்கு அவளது அந்தஸ்தின் நினைவு தடையாக அமையவில்லை. அவர் என்ன நினைக்கமாட்டார்? எனும் எண்ணமே அவளை நிதானமாக நிற்க வைத்தது.

அவர் வந்ததும் முகம் கொடுத்து முறுவலித்துப் பேசாது முதுகு காட்டி நின்று பிணங்கிட வேண்டும் என்ற எண்ணம் எழுந்தது அவளுக்கு. அவரிடம் சண்டை பிடித்துச் சீற்றப் பேச்சு வீசவேண்டும் எனக் கருதினாள் ஒருகணம். வா என்று அழைத்தபோது வராமல் இப்போது வந்ததேனோ? வந்த வழியே போமய்யா!' என்று வரவேற்புரை கூறலாம் என நினைத்தாள். தானாகவே சிரித்தாள். உணர்ச்சிப் பரவசத்தால் அவள் பித்திபோல் நடந்துகொண்டாள்.

திருமாதன் இயல்பான மிடுக்குடன் புகுந்தபோது அமுதவல்லி முகம் திரிந்து நோக்கவுமில்லை; எரிழை விழிக்கவுமில்லை. மகிழ்வுடன் உபசரித்து, உற்சாகமாக உரை பாடவே முன்வந்தாள்.

'பிராட்டியாருக்கு என்மேல் கோபம் அதிகம் இருக்கும், அப்படித்தானே?' என்று திருமாறன் இளநகையோடு வினவவும், 'இவர் மீது கோபம் கொள்வது எங்ஙனம்? என்றே தோன்றியது' அவளுக்கு. அத்தகைய வசீகரம் அவன் முகத்தில் கொலுவீற்றிருந்தது.

'இரவு முழுவதும் விழித்து, எதிர்பார்த்துக் காத்திருந்தவளுக்கு ஏமாற்றமே கிட்டியதென்றால் வருத்தமும், கோபமும் வராமலா இருக்கும்?' என்று அவள் கேட்டாள். குரலிலே சிடுசிடுப்பு காட்டவேண்டும் என்ற எண்ணம் அவளுக்கு இருந்தது. எனினும் அவள் பேச்சில் குழைவு தான் இழைக்தோடியது.

விளக்கம் கோரி விடுக்கப்பட்ட வினாவாக அதை ஏற்றுக்கொள்ளாமல் - எதிர்பார்த்துக் காத்திருந்தவளுக்கு ஏமாற்றம் அளிக்க நேர்ந்ததற்கு ஏதேனும் காரணம் சொல்லவேண்டிய பொறுப்பு தமக்கு உண்டு எனக் கருதாமல் திருமாறன் கவலையற்ற சிரிப்பு சிரித்து வைத்தான்.

'இரவில் உங்கள் வண்டி இந்தப் பக்கம் வந்து நின்ற தாமே?' என்று கேட்டாள் அழகி.

'என் வண்டியா? இங்கு ஏன் வரப்போகிறது?' என அவன் அலட்சியமாகக் கூறினான்.

'உங்கள் வண்டியேதான் என்று அன்னம் சொன்னாளே?'

அவளுக்கு என்ன தெரியும்? மேலும், இரவு நேரத்தில், தூக்கக் கலக்கத்தோடு எதையாவது பார்த்திருப்பாள்!' என்று கேலியாகக் குறிப்பிட்டான் அவன்.

அமுதவல்லி இரவு நடந்த நிகழ்ச்சிகளை அவனுக்குச் சொல்லவும், இருட்டில் உலகம் தூங்குகிறது என்றுதான் எல்லோரும் எண்ணுகிறார்கள். ஆனால், இருட்டில்தான் எவ்வளவோ செயல்கள் நடைபெற்றுக் கொண்டிருக்கின்றன. வேடிக்கையான நிலைதான்' என்றான் அவன்.

'உங்களுக்கு ஆந்தையைப்பற்றி என்ன தெரியும்?' என்று திடீரென்று அவள் கேட்டாள்.

சிறுபிள்ளைத்தனமான கேள்வி என எண்ணியவன் போல் அவன் முகத்தில் வியப்பு காட்டி 'இருட்டை விரும்புகிற பிராணிகளில் அதுவும் ஒன்று. பிறர் தூக்கத்தைக் கெடுக்கும் வகையில் அலறும். விழித்திருப்போரின் அமைதியைக் கெடுக்கும்' என்றான்.

'ஆந்தை எனும் பறவையைப் பற்றி நான் கேட்க வில்லை. எயில் ஊர் ஆந்தை என்கிற ஆள்...'

'ஓகோகோ! அப்படி ஒரு ஆள் இருக்கிறானா? எனக் குத் தெரியாதே!' என்று கனைப்புப் பேச்சும் கலந்து சிதறினான் மாறன்.

'இதையும் நம்ப வேண்டுமோ?' என ஐயுறுவாள் போல், அமுதவல்லியின் பார்வை அவன் முகத்தில் பதிந்தது ஒரு கணம்.

வைரத்தை வெட்டும் வைரம்போல், அவளது கூரிய கோக்கைக் கூசச்செய்யும் பார்வை அவன் விழிகளிலிருந்து தேறித்துக்கொண்டிருந்தது. அதை

எதிர்த்து நிற்கும் திராணி அற்று, அமுதவல்லி தன் விழிகளைத் தாழ்த்திக் கொண்டாள்.

'ஆந்தையைப்பற்றி நீ அறிந்துகொள்ள வேண்டிய அவசியம் என்ன வந்தது?' என்று திருமாறன் கேட்டான்.

'நீங்கள் இரவில் இங்கு வரமாட்டீர்கள் என்று அவன் உறுதியாகச் சொன்னானே?' என்றாள் அமுதம்.

'வருவது அறிந்து கூறும் கலையில் தேர்ந்தவனாக இருப்பான் அவன்!

அப்படியொன்றுமில்லை. உங்களை நான் எதிர்பார்த்திருப்பேன் என்று தெரிந்துகொண்டு, நான் உங்களுக்கு எழுதிய கடிதம் பற்றி அறிந்துகொண்டு, உங்கள் எண்ணத்தையும் புரிந்துகொண்டு, கள்ள நினைப்போடு குள்ள நரிபோல் திட்டமிட்டுச் செயல் புரிந்திருக்கிறான் அவன்.

'அவனைப்பற்றி உனக்கு அதிகம் தெரியும் என்றே தோன்றுகிறது. பின் வீணாக என்னை ஏன் குறுக்கு விசாரணை செய்யவேண்டுமோ?' என்ற மாறனின் பேச்சுக்கு பொருள் பொதிந்த சிரிப்பே முத்தாய்ப்பு வைத்தது.

அவன் பேசிய தோரணையும் சிரித்த விதமும் அமுத வல்லிக்குக் கசப்பே தந்தன. 'உங்களுக்கு நான் அனுப்பிய கடிதம் பற்றி அவன் எவ்வாறு அறிய முடிந்தது?' என்று அவள் வினவினாள்.

'அவனிடம் கேட்கப்பட வேண்டிய கேள்வி அல்லவா இது!'- மீண்டும் அதே அலட்சியம்! குத்தும் பார்வை? குறும்புச் சிரிப்பு! பெருமூச்செறிந்தாள் ஒய்யாரி.

'உனது பணிப்பெண்ணா யாரது? அன்னமா கிளியா? அவள் அந்த ஆந்தைக்கு விவரம் தந்திருக்கலாம்!' என்றான் பெரியவன்.

'இருக்க முடியாது. அன்னக்கிளி ஆந்தையிடம் ஏன் தொடர்பு கொள்ளப்போகிறாள்?'

'யாரையும் நம்பக்கூடாது, அமுதவல்லி! யாரையுமே நம்பக்கூடாது' என்ற மாறன், தனக்குரிய தனிச் சிரிப்பை உதிர்த்து வைத்தான்.

இரவில் நடந்ததை விளக்கமாக எடுத்துரைத்தாள் அமுதம்.

'உனது இல்லம் திடீரென்று அற்புத நிகழ்ச்சிகள் நடைபெறும் அவைக்களம் ஆகிவிட்டது போலும்! பள பளா!' என்று உற்சாகத்தோடு கூறிக் கைகளைத் தேய்த்துக் கொண்டான் அவன். 'அப்புறம் ஆந்தை என்ன ஆனான்?' என்றான்.

எனக்கென்ன தெரியும்? தோப்பில் யாரோ பதுங்கி யிருப்பதாகத் தெரிகிறது. அது ஆந்தைதானே என்னவோ! இன்று இரவில் அச்சம்தரும் நிகழ்ச்சி எதுவேனும் நிகழாமல் இருக்க வேண்டுமே என்று என் மனம் அடித்துக்கொள்கிறது..

அவள் கவலை அவளுடையது என ஒதுக்கிவிடுகிறவன் போல் இருமாறன் கையை வீசினான். நான் ஏன் வந்திருக்கிறேன் என அறிந்துகொள்ளும் ஆவல் உனக்கு இல்லை போலும்! என்றான்.

இரவில் நீங்கள் வரவில்லை என்றதும் நான் எவ்வளவு கவலைப்பட்டுக் கொண்டிருந்தேன் தெரியுமா? உங்கள் வண்டி வெளியே நின்றது என்று கேள்விப்பட்டதும், அதிலிருந்து நீங்கள் வரவில்லையே என்று உணர்ந்ததும் ஆந்தை உங்களைத் தாக்கி அப்புறப்படுத்திவிட்டு அவனே இங்கு வந்திருப்பானோ என்று அஞ்சினேன்

'மறைந்து நின்று என்னைத் தாக்குவதற்கு எவன் துனியான் இந்தப் பாண்டி நாட்டிலே?' என்று பெருமையோடு அறிவித்தான் திருமாறன். "அமுதா" என்று அன்பு கனியும் குரலில் அழைத்தான்.

இன்பத்தேன் பாய்ந்தது அமுதவல்லியின் காதுகளில்! உள்ளத்திலே ஆனந்தம் ஊற்றெடுத்தது. 'இன்னுமொரு தடவை அப்படி அழைக்க மாட்டாரா?' எனும் ஏக்கம் விழுந்தது. ஆசை துளும்பும் விழிகளோடு, குறுநகை இதழ்களை அழகு செய்ய, முகம் முழுமதி என ஒளிர, அவள் ஒயிலாக அசைந்து அவனை நெருங்கினாள்.

'அமுதா! நீ ஏன் அந்த முத்துமாலையை அணிவதே விலை' என்று கேட்டான் அவன்.

குளிர் பூம்புனல் ஓடை என்று நம்பிக்கையோடு கால் வைத்தால் அது கொதிக்கும் நீர் என்ற உண்மையை சூடாக உணர்த்தினால் எப்படி இருக்குமோ அவ்வாறு பதறினாள் அமுதவல்லி. இருப்பினும் தனது திகைப்பையும் தடுமாற்றத்தையும் வெளியே காட்டாது மறைக்க முயன்றவளாய், 'எந்த முத்துமாலை?' என்று விசாரித்தாள்.

'நீயும் குழந்தை அல்ல புரியாதது போல் பசப்புவதற்கு. நானும் ஏமாளி அல்ல உனக்கு எதுவும் தெரியாது' என்று

எண்ணிவிட என்றான் மாறன்,

உணர்ச்சிகளைப் பிரதிபலிக்காத குரலில்.

"பின்னே திடீரென்று முத்துமாலை என்று குறியீட்டால்...?"

மன்னர் குடும்பத்தைச் சேர்ந்த நாலுசரம் முத்து மாலையைத்தான் கேட்கிறேன் என்பது அமுதவல்லிப் பிராட்டியாருக்குப் புரியாமலா போய்விட்டது?

'அது மன்னர் குடும்பத்தில் இருக்கும்! என்னைக் கேட்டால்?'

ஆசையோடு அருகே வர முயன்று, பின் வெறுப்போடு விலகி நின்ற ஆணவக்காரியை அளவிட முயல்வது போல் பார்வையை ஓட்டிய திருமாறன் அனல் மூச்சு உயிர்த்தான்.

அமுதவல்லி! நீ வாழ விரும்புகிறவள். ஆடம்பரமாக, நன்கு அனுபவித்து, ஒய்யாரமாக வாழ ஆசைப்படுகிறவள். உன் ஆசைகளுக்குக் குந்தகமோ, இன்ப வாழ்வுக்கு ஒரு முடிவோ ஏற்படுவதை நீ விரும்பமாட்டாய். இதை நான் அறிவேன். உன் உல்லாச வாழ்வு தொடர்ந்து நீடிக்க வேண்டுமானால், அந்த முத்துமாலை உன்னிடம் இருக்கக் கூடாது. எனக்கு நீ அதைத் தந்துவிடு என்று நான் கேட்கவில்லை. உரிய விலையைப் பெற்றுக்கொண்டு விற்று விடு என்றுதான் சொல்கிறேன். நாளை மீண்டும் வருவேன்.உன் மறுமொழியோ, விளக்க உரையோ எனக்குத் தேவையில்லை. சடைய வர்ம பாண்டியன் மனைவியாரின் கழுத்தை அணி செய்த முத்தாரம் தான் எனக்கு வேண்டும். இவ்வளவே நான் சொல்வேன்!"

எச்சரிக்கும் தோரணையில் பேசிவிட்டுத் திருமாறன் அங்கிருந்து நகன்றான். அவளைத் திரும்பிப் பார்க்கும் எண்ணமோ ஆசையோ அவனுக்கு எழவேயில்லை.

10. கிளியும் ஆந்தையும்

பெருங் கூண்டில் அடைபட்ட சிறு பறவைபோல் தத்தளித்த அன்னக்கிளி அஞ்சினாள்; வெய்துயிர்த்தாள்; வெலவெலத்தாள்.

கண் எட்டும் திக்கெல்லாம் குவிந்து கிடந்த முத்துக்களும் மணிகளும் இப்போது அவளைக் கவரவில்லை. கவர்ச்சிக்கும் பண்டத்தைக் காட்டி ஏமாற்றி எலியைப் பொறியினுள் அகப்படச் செய்வதுபோல், யாரோ தன்னையும் வஞ்சித்து விட்டார்களே என்று பதைப்புற்றாள் பாவை.

ஆனால் பிறர் செய்த வஞ்சகத் திட்டமா இது? இல்லையே. அவள்தானே இயல்பான அவாவோடு- என்ன என்று அறிந்துகொள்ளும் ஆசையோடு- எட்டிப்பார்த்தாள்.

சிரிப்பொலி கேட்டதே; எவரையும் காணோமே என்று அறைக்குள் புகுந்து ஆராயத் துணிந்ததும் அவள். பேதமை அன்றே?

இதற்கெல்லாம் மூலகாரணம் அமுதவல்லிதான் என்று அவள் தலைவியைக் கசந்தாள்.'நான்தான் இங்கே வரமாட்டேன் என்று சொன்னேனே? அவள் தானே மிரட்டி என்னை அனுப்பிவைத்தாள். இப்பொழுது அவளா இடர்ப்படுகிறாள்?' என்று குமைந்து குமுறினாள்.

செல்வாக்கும் சீரும் சிறப்பும் பெற்ற பெரியவரான திருமாறன்தான் சிறுமைப் புத்தியோடு நடந்துகொள்கிறாரோ என அயிர்த்தாள் பேதை. ஆனால் சிரித்ததே ஒரு குரல்; அது அவருடையது அல்லவே? என்னவோ பேசியதும் அவர் இல்லை என்று தெரிந்ததே?

எனினும், செவியில் புகுந்த ஒலி முன்பு கேட்டுப் பழகிய குரல் போலவும் இருந்ததே...

அன்னக்கிளி அங்குமிங்கும் அலைந்தாள். தப்பி ஓட வழி எதுவும் இல்லையென்று நிச்சயமாகத் தெரிந்தது. 'நான் வழியோடு போயிருந்திருக்க வேண்டும். இந்த அறைக்குள் வந்திருக்கக் கூடாது' என்று நினைத்தாள். திருமாறன் இல்லை என்று அறிந்ததும் வீட்டிற்கே திரும்பிச் சென்றிருப்பின் நன்றாக இருந்திருக்குமே!' என ஆசைப்பட்டாள். என்ன நினைத்து என்ன பயன்? கூண்டுக் கிளியாக மாறி ஆயிற்று... இனி ...

கதவு கிரீச்சிடும் ஓசை அவள் கவனத்தைக் கவர்ந்தது ஒரு கண் விளிம்பினூடு மினுமினுத்தது. எவருடைய கண் அது?

சில பற்கள் பளிச்சிட்டன. யார் சிரிப்பது இவ்விதம்?

அன்னக்கிளியின் உள்ளம் பதைபதைத்தது. உடலின் நடுக்கம் அதிகமாயிற்று. என்ன நேரப்போகிறதோ என்ற அச்சம் அவளைப் பிடித்து உலுக்கியது. சிறிது சிறிதாகத் திறக்கப்பட்ட கதவின் பக்கம் பதிந்துவிட்ட விழிகளைத் திருப்ப முடியாமல் செயலிழந்து நின்றாள் அந்த இளம் பெண்.

பேயெனச் சிரித்தபடி பெண் முன்னே வந்து நின்றான். பேருருவ ஆந்தை! 'இவனா? இவன் சிரித்த சிரிப்புதான் அது. இவன் குரலேதான்! இவனா இங்கு இருந்தான்? இவன் இங்கு எப்படி வந்தான்? ஏன் வந்தான்?' என்று பதறி நடுங்கினாள் அன்னம்.

முத்துக்களைக் கொள்ளையிட வந்திருப்பானோ என்ற ஐயம் எழுந்தது. 'முட்டாள்தனமான நினைப்பு! திருமாறன் வீட்டில் யார் கொள்ளையிட முடியும்?' என்ற

எண்ணம் முன் நினைப்பைக் கொன்றது. 'இவன் மாறனின் கையாள் என நான் எண்ணினேன். அது சரியாகத்தான் இருக்கும்' என்று மனம் பேசியது.

'இவன்தான் இரவில் மாறனின் வண்டியில் வந்தானோ என்னவோ! அமுதவல்லியை விட்டு அகன்ற பிறகு, வண்டியைக்காணாது தேடியிருப்பான். தெருவில் தள்ளி நின்ற அதைக் கண்டு, மீண்டும் மாறன் வீட்டில் கொண்டுவந்து சேர்த்திருப்பான். இதுதான் நிகழ்ந்திருக்கும்' என்று அவள் கருதினாள்.

'அவளையே பார்த்தபடி வாசல் நடையிலே பெருஞ்சிலை யென நின்றான் எயில் ஊர் ஆந்தை, அவள் வாய் திறவாது குழம்பித் தவிப்பதைக் கண்டு களித்தான். அன்னக்கிளி! என்ன சொல்கிறாய் இப்போது?' என்று கூறிக் கனைத்தான்

'அவள் என்ன சொல்லப் போகிறாள்! பேசாமல்தான் நின்றாள். இரவிலே சூரத்தனங்கள் எல்லாம் செய்தாயே. இப்பொழுது அந்த வீரம் எங்கே?' என்று உறுமினான் அவன்.

எந்நேரமும் கூரிய நகங்கள் நிறைந்த பாதத்தை நீட்டித் தன்னை அகப்படப் பற்றி, குருதி எழக் குத்திக் குதறத் தயாராக நிற்கும் கடுவன் பூனையின் பார்வையால் கட்டுண்டு, தன் வசமிழந்து - செயல் திறமற்று - மயங்கிக் கிடக்கும் சிறு பறவைபோல்தான், அன்னக்கிளியும் நின்றாள் அக்கொடியவன் முன்னிலே.

காலமும் நகராது நிற்பது போலவே தோன்றிற்று.

கனியைக் கொய்திடக் கை நீட்டினேன். முட்கள் குத்தின. சுள்ளிகள் கீச்சின. இது வேண்டாம் என்று விலக எண்ணினேன். கனி தானாகவே என் கையில் வந்து

விழுந்தது? ஆகா இதல்லவா நல்வாய்ப்பு!என்று அவன் மகிழ்வுப் பெருக்குடன் பேசினான்.

அவள் என்ன செய்வது, இக் கயவனிடமிருந்து எப்படித் தப்புவது என்று விளங்காதவளாய்த் தவித்து நின்றாள்.

"என்ன, கிளி வாயைத் திறக்கவே மாட்டேன் என்கிறதே? அப்புறம் எனக்குப் பொழுது போவது எப்படி?" என்று கேலியாகச் சொன்னான் அவன்.

'நான் திருமாறனைக் காண வந்தேன். அவரைக் கண்டு பேசவேண்டும்' என்று மென் குரலில் மொழிந்தாள் அன்னம்.

'ஆகா,கிளியின் பவளவாய் சொற்களைச் சிந்திவிட்டது அம்மா?' என்று கெக்கலித்தான் ஆந்தை. 'அவரிடம் பேச முடியாது, கண்ணே. என்னோடு
பேசிக்கொண்டிருக்கலாம்...'

'எங்கள் தலைவி அமுதவல்லி பிராட்டியார்...' என்று அவள் பேச்செடுத்ததைத் தொடரவிடாது முடித்தான் அவன்.

'சொல்லவேண்டியதை - சொல்ல ஆசைப்பட்டதை - திருமாறனிடமே நேரில் சொல்லிக்கொள்வார்கள். அந்தக் கவலை தோழி அன்னக்கிளிக்கு வேண்டாம்!'

"பிராட்டியாரின் கடிதத்தை அவரிடம் கொடுத்தால் தானே, திருமாறன் அவளைக் கண்டு பேசச் செல்வார்? அந்தக் கவலை உனக்கு வேண்டாம் என்று தான் சொல்கிறேனே. இதற்குள் உன் தலைவி திருமாறனிடம் சொல்ல வேண்டியதைச் சொல்லியிருப்பாள். இருவரும் அருகருகே அமர்ந்து ஆனந்தமாகக் கதை பேசிக்கொண்டிருந்தாலும் இருக்கக்கூடும்...'

அன்னக்கிளியின் முகத்தில் படர்ந்த வியப்பு உணர்ச்சியைக் கண்டு சிரித்தான் ஆந்தை. 'ஆமாம், அன்னம். திருமாறன் இப்பொழுது அமுதவல்லியின் இல்லத்தில் தான் இருக்கிறார்..." என்றான்.

அவ்வாறானால் என்னைப் போகவிடு! என நகர முயன்றாள் அன்னம்.

"உனக்கு என்ன வேலை இப்போது அங்கே? திருமாறனோடு உரையாடிப் பொழுதைப் பொன்னாக்க முயன்று கொண்டிருக்கும் அமுதவல்லி உன்னைத் தேடப்போவ தில்லை. நீ ஏன் பறக்கிறாய்?" என்றான் அவன்.

அன்னம், உண்மையைச் சொல்கிறேன். எனக்கு உன்மீது வெகு நாட்களாகவே ஆசை. நான் உன்னைத் திருமணம் செய்து என் துணைவி ஆக்கிக்கொள்ளவே துடிக்கிறேன்...

'எனக்கு மனம் இல்லாதபோது நீ ஏன் என்னை வற்புறுத்துகிறாயோ, எனக்குப் புரியவில்லையே!' என்று அழாத குறையாகப் புலம்பினாள் அன்னக்கிளி.

'உனக்கு என்மீது ஆசை இல்லை என்பதை நான் அறிவேன், அன்னம். ஆனாலும், என் ஆசையைத் தூண்டி விட்ட இன்பக் கிளியே, நான் உன் உள்ளத்திலும் ஆசையை வளர்த்துவிட முடியும். இந்த நம்பிக்கை எனக்கு இருக்கிறது.நாம் இரண்டு பேரும் பாண்டி நாட்டில் தான் இருந்தாக வேண்டும் என்ற கட்டாயம் எதுவுமில்லை. கட்டற்றவர்களாக எங்கும் சுற்றித் திரியலாம்.'

எனக்குச் சம்மதமில்லை. என்னை விட்டுவிடு என்று அலறினாள் அன்னம்.

"இம்முறை என்னிடமிருந்து எளிதில் தப்பி ஓட முடி யும் என்று மனப்பால் குடிக்காதே, பெண்ணே?" எனச் சொல்லி, வெறிச் சிரிப்பை ஒலி பரப்பினான் ஆந்தை.

அப்பொழுது ஆந்தையின் அகன்ற முதுகில் பலமான அறை ஒன்று விழுந்தது. அவன் திடுக்கிட்டுத் திரும்பிப் பார்த்தான்.

வாளின் பின்புறத்தால் முதுகில் ஓங்கி அறைந்துவிட்டு மற்றுமொரு அடி கொடுக்கச் சித்தமாக நின்ற திருமலைக் கொழுந்து அவன் பார்வையில் படவும், எயில் ஊர் ஆந்தை ன் முகம் பேயைக் கண்டு பயந்தவனின் முகம் போல் ஆயிற்று.

அவன் அறைக்குள் நழுவினான். கதவைச் சாத்தித் தாளிடும் முன்னரே திருமலையும் அவன் பின்னாலேயே புகுந்துவிட்டான்.

மீண்டும் என்னைக் காக்க வந்த தெய்வமே! என்று வணங்கி வாழ்த்தியது அன்னக்கிளியின் உள்ளம். அவள் கண்கள் மகிழ்வையும் நன்றியையும் காட்டின.

ஆந்தை அவளைக் கவனிக்காமலே உள் அறையினுள் பிரவேசித்தான்.

"அன்னம், நீ போய்விடு... வீட்டிற்கே போ!" என்று வழிகாட்டினான் திருமலை.

விடுதலை பெற்ற பறவைபோல் வெளிச்சம் நோக்கிப் பாய்ந்தாள் அன்னக்கிளி, வெளியே நின்ற மருதுபாண்டியனைக் கண்டதும், 'இவரும் உடன்

இருக்கையில் அவருக்குத் தீங்கு வரவே வராது' என்று மனம் தேறினாள். உற்சாகத்தோடு தன் வழியே சென்றாள்.

அறையினுள் புகுந்த எயில் ஊர் ஆந்தை, திருமலையை முந்திக்கொண்டான். வேகமாகக் கதவை அடைத்துத் தாளிட்டான்.

ஆந்தை, நீ உள்ளேயே கிட. இனி நீ தப்பப்போவதில்லை என்ற திருமலைக்கொழுந்து, அங்கே கிடந்த பூட்டை எடுத்து வெளியே பூட்டி, சாவியைத் தன்வசமே வைத்துக் கொண்டான். வெளியே வந்து, வெளிப்புறப் பெரிய கதவையும் பூட்டினான்.

'ஆந்தை சிறைக்குள் ஒடுங்கிக் கிடக்கட்டும். நாம் திருமாறனாரைக் கண்டு, அறிய வேண்டியன பற்றி அறிந்து கொள்வோம்,வா,மருது!' என்று நடந்தான்.

11. சிங்கத்தை ஏமாற்றிய சிறுநரி

திருமலைக்கொழுந்தும் மருது பாண்டியனும் திருமாறன் வருகைக்காக வெகுநேரம் காத்திருக்க வேண்டிய அவசியம் ஏற்படவில்லை. கம்பீரமான வெண் புரவிகள் பூட்டிய அழகான வண்டி வேகமாக வருவதைக் கண்டதுமே 'திருமாறன் வந்து விட்டார்' என்று உணர்ந்தார்கள் அவர்கள்.

அமுதவல்லியிடம் பேசியதால், உள்ளக் கனிவும் ஆனந்தமும் பெறுவதற்கு மாறாக, எரிச்சலும் ஏமாற்றமுமே கொண்டிருந்த திருமாறனின் முகம் கடுகடுவென்று காணப் பட்டது. 'நாம் வாய்திறந்து கேட்க வேண்டியதுதான்; அவள் முத்துமாலையை எடுத்து தங்கத் தட்டிலே வைத்து முக மலர்ச்சியுடன் நம் பக்கம் நீட்டுவாள்' என்று மனப் பால் குடித்திருந்தார் அவர். 'அமுதவல்லி நம்மிடம் ஆசை வைத்திருப்பதாகத் தெரிகிறது. இதைக்கூடவா செய்ய மாட்டாள் அவள்?' என்றது அவர் மனம்.

அவரிடம் ஆசை கொண்டிருந்த அழகி அமுதவல்லியின் அழைப்பை ஏற்று, அவள் இல்லம் சேர்ந்து, அவளை மகிழ்வித்து, அவளது கருத்தறிந்து பேச்சோடு பேச்சாக அந்த முத்தாரம் பற்றிய கோரிக்கையை அவர் விடுத்திருந்தால், அலங்காரி அதை அவருக்குக் கொடுத்திருந்தாலும் கொடுத்திருக்கக்கூடும். அவரோ அவளை அலட்சியப்படுத்துவதுபோல் நடந்துகொண்டார்.

அமுதவல்லியைப்பற்றி அவர் நன்கு அறிந்திருந்தார். வாழ்க்கையைச் சொர்க்க போகமாக மாற்ற முயலுகின்ற சாசவல்லி சைகை காட்டிவிட்டால், நாம் போயாக

வேண்டுமா என்ன? அப்படிச் செய்வது தனது தன்மானத்துக்கு இழுக்கு ஆகும் என்று அவர் எண்ணினார்.

மேலும் திருமாறனுக்கு அமுதவல்லியிடம் அன்போ அனுதாபமோ கிடையாது. எளிதில் கிட்டக்கூடிய ஒரு பொருளிடம் அவ்வளவாக லயிப்பு ஏற்படாமல் போவதும் இயல்பே யன்றோ? எட்டாத பொருளை எப்படியும் அடைந்தே ஆகவேண்டும் என்ற ஆசை அடக்க முடியாததாக வளருவதும் இயற்கைதானே?

அமுதவல்லி அழகியே யானாலும், அனுபவமும் வயதும் அதிகம் பெற்றவள்.வனப்பும் வசீகரமும் நிறைந்த எழில் மலரே ஆயினும், பலமுறை நுகரப் பெற்றுக் கறை பட்ட மணமும் சுவையும் கொண்ட இன்கனியே ஆனாலும், பலரால் எச்சிற்படுத்தப்பட்ட கனிதானே?

திருமாறனின் மனம் அன்னக்கிளியைச் சுற்றி வந்தது. அவளிடம் வெறியூட்டும் காந்தக் கவர்ச்சி இல்லைதான். அவளது கருநீலக் கண்கள் காமத்தைக் கவிதைப் பார்வையாய் வெளிப்படுத்தவில்லைதான். ஆயினும், அன்னம் வாடாத நண்மலர். தொடப்படாத புத்தம் புதிய பூ. இளமையின் நிறைகுடம். பெண்ணின் நல்வடிவம். அறியாமை அவள் அழகை அதிகப்படுத்திக் கொண்டிருந்தது. தாவாத மான்குட்டி; மோவாத நல்லரும்பு; புரையாத மணி விளக்கு; குலையாத முத்தாரம் என்பதெல்லாம் அவளுக்கே ஏற்கும். புதுமையையும் இளமையையும் அவாவுவது மனித உள்ளத்தின் தன்மை இல்லையா?

மாறன் அன்னக்கிளியை விரும்பினார். தாம் விருப்பம் வைத்துவிட்டால் போதும்; எதுவும் இலகுவில் தமக்குக் கிட்டிவிடும் என்று நம்பிக் கொண்டிருந்தவர் அவர். அவருக்கு - அவருடைய நம்பிக்கைக்கு - முதல் சூடாக விழுந்தது அன்னத்தின் மறுப்பும் போக்கும். இரண்டாவது சூடுதான் அமுதவல்லி முத்தாரத்தை அவரிடம் அளிக்க மறுத்த செய்கை.

தோல்வியால் - அன்னத்தின் மறுப்பினால் - கனன்று கொண்டிருந்த மாறன் அன்றே அமுதத்தின் அழைப்பை ஏற்று அவள் வீடு செல்ல எண்ணினாரில்லை. அத்துடன் அவரிடம் முக்கியமான அலுவல்கள் பற்றிப் பேசுவதற்காக இரண்டு பேர் வந்திருந்தார்கள். அவர்களுடைய வருகை தானே வேடன் கைப்பட்ட மாடப் புறவெனத் திண்டாடிய அன்னக்கிளி அவரிடமிருந்து தப்பி ஓடுவதற்குத் துணை புரிந்தது!

வந்தவர்களில் ஒருவன்தான் எயில் ஊர் ஆந்தை என்பான். மற்றவர் திரைகடலோடித் திரவியம் தேடும் ஒரு வணிகர். முத்து வாணிபத்தில் பெயர் பெற்றிருந்தவர். திருமாறனிடம் நல்ல நல்ல முத்துக்களும் முத்தாலான அழகுப் பொருள்களும் உண்டு என அறிந்து ஆந்தையின் துணையோடு வந்தார்.

'இம்முறை நான் யவனம், ரோமாபுரி முதலிய இடங் களுக்கெல்லாம் செல்வேன். ரோம் நாட்டு அரசிக்கு அழகிய முத்தாரம் ஒன்று வேண்டும் என்னும் செய்தி கிட்டியிருக்கிறது' என்றார் அவர். அவ் வணிகர் விரும்பிய ஆரம் திருமாறனிடம் இல்லை.

மாரன் வந்தவர்களோடு பேசிக் கொண்டிருந்தபோது அவருடைய விரல்கள் அன்னம் கொடுத்திருந்த கடிதத்தோடு விளையாடின. பேச்சுச் சுவையில் அது நழுவிக் கீழே விழுந்து விட்டது.எயில் ஊர் ஆந்தையின் அருகில் தான் அது விழுந்தது. ஆந்தை குனிந்து அதை எடுத்தான். எடுக்கின்றபோதே 'அமுதவல்லி' என்ற பெயர் அவன் கண்ணையும் நெஞ்சையும் உறுத்தியதால் கடிதத்தின் உள்ளடக்கத்தையும் படித்துவிட்டான். ஓகோ! என்று சிலிர்த்தெழுந்தது அவன் உள்ளம். அங்கு அமுதவல்லி பற்றிய நினைவுகள் மோதிச் சுழியிட்டன. அமுதவல்லியிடம் முத்தாரம் இருப்பதும் அவன் எண்ணத்தில் எழுந்தது; எனினும் அதை அவன் வெளியே சொல்ல வில்லை. அவனுடைய நரி மூளை சுயநலத் திட்டங்கள் தீட்டுவதில் முனைந்து விட்டது.

தேவையான அணிமணிகளைப் பெற்றுச் செல்வதற்காக மறு நாள் வருவதாய் உறுதி கூறி, முன்பணமும் கொடுத்துவிட்டு வணிகர் கிளம்பினார். அவரை அவரது இருப்பிடத்தில் விட்டுவிட்டு வருமாறு ஒரு வண்டியோட்டிக்குக் கட்டளையிட்டார் மாறன்.

முத்து வியாபாரியை அவரது விடுதியில் விட்டு வண்டி திரும்புகிறபோது, ஆந்தையின் இரும்புக் கரம் வண்டியோட்டியைப் பேச்சற்றவனாக மாற்றியது. எதுவும் அறியாதவனாய்க் குதிரைகளைச் செலுத்திக் கொண்டிருந்தவனின் குரல்வளையை ஆந்தையின் கரங்கள் பற்றி அழுத்தின. ஈரத் துணியைப் பிடித்து உலுக்கி உதறி வீசுவது போல, அவன் உயிரைப் பிழிந்துவிட்டு வெற்றுடலை ஓர் ஒதுக்கிடத்தில் விட்டெறிந்தான். எயில் ஊர் ஆந்தைக்குப் பிறர் உயிர் பறித்தல் என்பது ஓர் சிறுகதையாம்! அதன் பின்னரே

ஆந்தை அமுதவல்லியின் வீடு சேர்ந்தான். மறைந்து காத்திருந்து, திருமாறன் வரமாட்டார் என்று புரிந்துகொண்ட பிறகே அவன் துணிந்து செயலாற்றினான். அவனுடைய செயல்களுக்கு அவன் தான் பொறுப்பு. திருமாறன் எதுவும் அறியார்.

இரை வஞ்சிக்கப்பட்ட புலி தனது குகை நாடிக் கடுஞ் சினத்தோடு திரும்புவது போல், திருமாறன் தமது இல்லம் புகுவதைக் கண்ட திருமலையும் மருதுவும் 'ஐயாவுக்கு உள்ளம் சரியாக இல்லை போலும்! அடுத்தது காட்டும் பளிங்காகும் முகம் கடுகடுப்பை அல்லவா காட்டுகிறது?' என்று பேசிக்கொண்டார்கள்.

'அவர் மனநிலை எப்படி இருந்தால் நமக்கு என்ன?' என்றான் திருமலை.

இருவரையும் பார்த்ததும் திருமாறன், திடீரென்று வந்து நிற்கும் நீங்கள் இரண்டுபேரும் யாரோ? எங்கிருந்து வருகிறீர்கள்?' என்று கேட்டான்.

'நான் திருமலைக்கொழுந்து. இவன் என் நண்பன் மருதுபாண்டியன். இருவரும் மதுரை மன்னரிடமிருந்து வருகிறோம்' என்று திருமலை அறிவித்ததும், திருமாறன் உள்ளத்தில் சிறிது குழப்பம் ஏற்பட்டது. எனினும் அதை வெளியே காட்டிக் கொள்ளாமல், அவர்களின் வருகையால் மகிழ்வு கொண்டவர் போல் முகமலர்ச்சியோடு உபசரித்தார். மதுரையைப் பற்றியும், மன்னர் குறித்தும், அவர் களுடைய பயணம் பற்றியும் விசாரித்தார்.

தகுந்த பதில்களை உரைத்தான் திருமலை.அவர்கள் வந்த காரணம் என்ன என்று அவர் வினா தொடுக்கும் வழி

காணாது போகவே, அவனாக முக்கிய விஷயத்துக்கு வந்தான்.

'கொற்கைப் பட்டினத்திலிருந்து ஆட்சி புரிந்து வந்த சடையவர்ம பாண்டியன் இறைவனடி சேர்ந்ததும், கொற்கையை ஆளுவதற்கு அரச பரம்பரையினர் எவரும் இல்லாது போனதால், மதுரைப் பாண்டியனே அதன் பொறுப்பையும் ஏற்றுக்கொண்டதை நீங்கள் மறந்திருக்க முடியாது. கொற்கையைத் தலைநகராகக் கொண்டும், பிறகு திருநெல்வேலியைத் தலைநகராக ஏற்றும் பாண்டிய மன்னர்கள் தனித் தனியாக ஆளத் தொடங்கியதால், பாண்டியப் பேரரசு சீர்குலைந்து சிதைந்து விட்டது என்பதையும் நாட்டில் உள்ள நல்லோர்கள் அறிவர்.பாண்டியரின் பண்டைய புகழையும் கீர்த்தியையும் மீண்டும் நிலை நாட்டுவதற்காக நமது மன்னர் முயன்று வருவதும் உங்களுக்குத் தெரியும். இருந்தும் நீங்கள் பெரிய மரத்தின் கீழ் மண் அடியிலேயே இருந்து மரத்துக்கே ஊறு விளைவிக்கும் வேர்க் கறையான் போலப் பாண்டி நாட்டுக்குக் கேடுகள் செய்து வருகிறீர் கள். மன்னருக்கு அவ்வப்போது செலுத்துவதாக உறு கூறியவாறு நீங்கள் இறைப்பணம் கட்டவுமில்லை. மன்னருக்கு எதிராகச் சதிகள் செய்து, கொள்ளையும் கொலையும் வளர்க்கத் திட்டமிட்ட, கயவன் எயிலூர் ஆந்தையை உங்கள் பாதுகாப்பில் வைத்திருப்பதும் நீங்கள் இழைக்கின்ற பெருங்குற்றமாகும்...

'நிறுத்து!' என்று கூவினார் திருமாறன். *(சுடுசட்டியில் விழுந்த நண்டு மாதிரிப் பொரிந்து கொண்டிருக்கிறாயே. பதறாதே தம்பி! எயிலூர் ஆந்தை பற்றி வீணாகக் கதைத்து என்னை அவமதித்ததற்கு, நீ மன்னிப்புக் கேட்டாக*

வேண்டும். இல்லையேல் நான் உன்னைச் சும்மா விடமாட்டேன்' என்று உறுமினார்.

'ஆந்தை உமது கையாள்; உமக்காக உம்முடைய காரியங்களை கவனிக்கிறவன் என்பதை நாங்கள் இப்பொழுதே காட்ட முடியும். முத்துக் குவியல்களும், மதிப்பு மிகுந்த அணிகளும் நிறைந்துள்ள அறையில் தன்னந் தனியாக விடப்படுகிற ஆள் உமது நம்பிக்கையைப் பெறாதவனாகவா இருப்பான்?' என்று திருமலை கேட்கவும் என்ன? வீணாக உளறாதே. கனவு கண்டாயா?' என்று கத்திக் கொண்டு எழுந்தார் திருமாறன்.

"எங்களோடு வாருங்கள். உண்மையை உங்கள் கண்ணாலேயே பார்க்கலாம்" என்று திருமலையும் மருதுவும் நடந்தனர். திருமாறனும் அவர்களைத் தொடர்ந்தார்.

திருமலைக்கொழுந்து, சிறிது நேரத்திற்கு முன்புதான் பூட்டி வந்த அறையைத் திறந்தான். மூன்று பேரும் முன் அறையைக் கடந்து உள் அறைப் பூட்டையும் திறந்து உள்ளே எட்டிப் பார்த்தனர். திருமலையும் அவன் நண்பனும் திகைப்படைந்து, 'ஆங்!' என்று ஒலி எழுப்பினர்.

திருமாறன் கடகடவெனப் பெருஞ் சிரிப்புச் சிரித்தார். நல்லதோர் வேடிக்கையைக் கண்டு உவகையுற்றுச் சிரிப்பவர் போல் சிரித்தார். 'எங்கே தம்பி நீ சொன்ன ஆள்? ஈயாகி, எறும்பாகிக்,கொசுவாகி, காற்றாகிப் போனானோ?" என்று கெண்டை பண்ணினார். உற்சாகமாகக் கைகளைத் தேய்த்துக்கொண்டு நின்ற அவரது கண்கள் குறுகி அறை முழுவதும் பார்வையில் துழாவின.

அந்த அறையில் எயில்ஊர் ஆர்தை காணப்படவில்லை.

'அவன் எப்படி மாயமாய் மறைந்து போனான்?' என்று திகைத்தனர் திருமலையும் மருதுவும். என்ன செய்வது, அல்லது என்ன சொல்வது என்று புரியாதவர்களாய் ஒருவர் முகத்தை ஒருவர் நோக்கி நின்றார்கள்.

அறையைக் கூர்ந்து நோக்கிய திருமாறனின் விழிகள், திறக்கப்பட்டு வெறுமையாய்க் கிடந்த ஒரு பெட்டியில் மோதியதும் அதிர்ச்சியால் அகன்றன. 'ஆங்?' என்று வியப்பாலும் ஆங்காரத்தாலும் ஒலி எழுப்பினார் அவர்.

'மதிப்பு மிகுந்த பொன் முடியும், வைர வாளும் போய் விட்டன. இந்தப் பெட்டியில்தான் அவை இருந்தன. போங்கள்! ஆந்தையைப் பிடியுங்கள், கள்ள வழி மூலம் அவன் தப்பி ஓடியிருக்கிறான். எப்படியும் அவனைப் பிடித்தாக வேண்டும். துறைமுகத்துக்கும் ஆட்களை அனுப்புகிறேன்' என்று படபடவெனச் சொற்களை உதிர்த்துவிட்டு வெறிகொண்டவர்போல் வேகமாக விரைந்தார் திருமாறன்.

12. இருளில் பதுங்கும் உருவம்

அழகி அமுதவல்லி ஆத்திரம் மூட்டப்பெற்ற காளி தேவிபோல் காட்சி அளித்தாள். அவள் கண்கள் நெருப்புப் பந்துகள் போல் ஜொலித்தன. கொல்லன் உலை மூச்சு விடுவதுபோல் அனல் மூச்சு அவள் நாசியிலிருந்து வந்து கொண்டிருந்தது.

'நம்மை ஏமாற்றத் துணிந்த திருமாறன் வீடு தேடி வந்து அவமதிக்கவும் செய்தானே! முத்தாரம் அல்லவா வேண்டுமாம் இவனுக்கு, யாருக்குத்தான் அது வேண்டாம்? ஆந்தை என்கிற தடியன் கூடத்தான் அதற்கு ஆசைப்படுகிறான். திடீரென்று இவர்களுக்கெல்லாம் எனது முத்து மாலை மீதுதானா ஆசை விழவேண்டும்?' அவள் உளம் குமைந்தாள்.

அவளுக்கு அன்னக்கிளி மீது வீணாகக் கோபம் ஏற்பட்டது. 'ஆந்தையிடம் அவளே அக்கடிதத்தைக் காட்டியிருப்பாள் என்று மாறன் சொல்லுவதும் உண்மையாக இருக்குமோ?' என்று ஒரு சிறு சந்தேகம் அவள் மனசில் ஊசலிட்டது.

இருக்கமுடியாது. அப்படி இருக்கவே இருக்காது. மாறன் அவள்மேல் வீண்பழி சுமத்துகிறான். அன்னம் ஆந்தைக்கு வேண்டியவளாக இருந்தால், அவனோடு ஏன் சண்டையிடப் போகிறாள்? அவனிடமிருந்து அவள் ஏன் தப்பி ஓடவேண்டும்?' என்று அமுதமே சமாதானமும் கூறிக்கொண்டாள்.

எங்கே அவள். அன்னக்கிளி இன்னும் வரவில்லையே? போயிருப்பாள்?' என்றும் எண்ணினாள் திருமாறனின் போக்கை நினைக்க நினைக்க அவளுக்கு உள்ளம் பற்றி

எறிவதுபோலிருந்தது. 'அவன் வருவான். மீண்டும் வருவானே. அவனிடமிருந்து தப்புவது எப்படி? என்று தவித்தாள். அன்பு காட்டி, குடிப்பதற்கு ஏதாவது கொடுப்பதுபோல் நஞ்சு கலந்து கொடுத்து விடலாமா என்றுகூட அவள் மனம் திட்டமிட்டது.

முத்துமாலை அவளிடம் சுலபமாகவா சிக்கியது? பிறர் கொடுத்துப் பெற்றதா அது? அவளாகத் துணிந்து அடைந்தது அல்லவா? ஆந்தை மிரட்டினானே, அது உயர்வு நவிற்சி அல்லதான்.

சடையவர்ம பாண்டியனின் அரசமாதேவியின் சங்குக் கழுத்தை அழகுபடுத்திய நல்ல முத்துமாலை நாலு வட ஆரம் அவனது தங்கை அமுதவல்லியின் உள்ளத்தைக் கொள்ளை கொண்டது. அதைத் தருவதற்கு அரசி ஒப்பவில்லை. அதுபோல் செய்து கொடுப்பதாக அண்ணன் வாக்களித்தான். அந்த முத்தாரத்தில் சேர்க்கப்பட்ட முத்துக்களைப்போன்ற ஒரே அளவும் உயர்வும் அழகும் பொருந்திய சிறப்பான முத்துக்கள் கிடைப்பது சிரமம் என்று தோன்றியது. அரசமாதேவி கருவுற்றிருந்தாள். ஒரு மகனைப் பெற்றெடுத்தாள். சடையவர்மனுக்குப் பிறகு தன்னுடைய மகன் ஆட்சிப் பொறுப்பை ஏற்க முடியும் என்று ஆசைப் பயிர் வளர்த்து வந்த அமுதவல்லி வயிறெரிந்தாள். பொறாமை கொண்டாள். ஒரு நாள் பால் குடிக்கும் போது சிறு குழந்தையின் நாசியில் அது சென்று, புரைக்கேறி, மூச்சுத் திணறி குழந்தை செத்துவிட்டதாகச் செய்தி பரவியது. குழந்தையைச் சாகடித்த 'பெருமை' அமுதவல்லிக்கே உரியது என்கிற ரகசியம் ஒரு சிலருக்கே தெரிய வந்தது. சில தினங்களிலேயே அரசமா தேவியும் மனம் உளைந்து, சன்னி கண்டு செத்துப்போனாள். அவ்வாறு அவளுக்கு மரணபாக்கியம் கிட்டும்படி செய்தவள்

அமுதமேயாவாள் என்று சிலர் ஐயுற்றார்கள். அதை நிலை நிறுத்துவதற்கு ஆதாரங்கள் கிடைக்கவில்லை. அரசமா தேவியின் கழுத்திலிருந்த முத்தாரம் அமுதவல்லியிடம் சேர்ந்தது. குழந்தையையும் மனைவியையும் பறிகொடுத்த துக்கத்தினால் பித்துற்றுச் செயல் திறம் இழந்து காணப்பட்ட சடையவர்மன் பிற எதிலும் கவனம் செலுத்தவில்லை.அவன் வெகு காலம் வாழ்ந்திருக்கவுமில்லை. அவனுடைய மரணம் அமுதவல்லியின் மகனை அரசு கட்டிலில் அமர்த்தி விடவுமில்லை. காரணம் - சடையவர்மன் இறப்பதற்குச் சில மாதங்களுக்கு முந்தியே, அமுதவல்லியின் மகன் கொடிய நோய்வாய்ப்பட்டு இறந்துபோனான். இயற்கை அளித்த தண்டனை போலும் அது!

இதை எண்ணியபோது அமுதவல்லியின் நெஞ்சு வெடித்துவிடும்போல் துயர் மூச்சு பொங்கி எழுந்தது. அழ வேண்டும் எனும் உணர்ச்சி கூட ஏற்பட்டது. அவள் பார்வை தோப்பின் பக்கமுள்ள சாளரத்தின் வழியாக வெளியே படர்ந்து நிலை குலைத்தி நின்றது.

தோப்பில், வெயிலும் நிழலும் கோலமிட்டிருந்த இருண்ட பகுதியில், வெள்ளைவெளேர் என்று அசைவது தான் என்ன? முக்காடிட்டு, உடலையும் நன்கு போர்த்துக் கொண்டு நடமாடுகிற உருவம் யாருடையதாக இருக்கக் கூடும்? முன்பு அவள் பார்த்தபோது நிகழ்ந்தது போலவே, இப்பொழுதும் அது நடந்து வந்து, ஓர் இடத்தில் நிற்கிறது. வானுற ஓங்கி நெடிதுயர்ந்து வளர்ந்த பெரிய மரத்தின் கீழ், மறைவான ஒரு இடத்தில் குனிந்து சிறு மூட்டை ஒன்றை எடுத்து, போர்வைக்குள் பதுக்கிக்கொண்டு, அது முன்போலவே அடர்ந்த தோப்புக்குள் ஓடி மறைகிறதே. இதன் பொருள் என்ன? அந்த உருவம் எடுத்துச் செல்லும் மூட்டையில்

என்னதான் இருக்கும்? அதை யார் அங்கே எதற்காக கொண்டுவந்து வைக்கிறார்கள்?

மௌனமாக ஒரு நாடகத்தை - குறித்த ஒரு திட்டத்திற்கு ஏற்ப இயங்கும் பாவைக் கூத்தின் ஒரு காட்சியை- மீண்டும் காண நேர்ந்த அமுதவல்லி எதையும் விளங்கிக் கொள்ள முடியாதவளாய், அத் திசையையே வெறித்து நோக்கிக்கொண்டிருந்தாள். அக் காட்சியின் புதுமையால், அது தந்த அதிர்ச்சியால், திகைப்பினால், அவள் தனது கவலைகளையும் குழப்பங்களையும் அந்தக் கணத்துக்கு மறந்து விட்டாள்.

அதனால்,அன்னக்கிளி அங்கு வந்ததையும் சாளரத்தினூடே நோக்கியதையும், தலைவி உணர்ச்சிக் குழப்பத்தோடு பார்த்த திசையில் வெறுமையே இருப்பதைக் கண்டு திகைத்ததையும் அமுதவல்லி அறிந்தாளில்லை.

'அங்கே என்ன அம்மா பார்க்கிறீர்கள்? ஏன் இப்படிக் குழப்பமுற்று நிற்கிறீர்கள்?' என்று அன்னக்கிளி கேள்வி கேட்கவும், அவள் திடுக்கிட்டாள். அங்கு மரங்களினூடே யாரோ பதுங்கிப் பதுங்கி மறைந்தது போலிருந்தது. காலையிலும் பார்த்தேன். இப்பொழுதும் அந்த உருவம் தோன்றி மறைந்தது...' என்றாள்.

"பேயாக இருக்குமோ?" என்று முணுமுணுத்தாள் பேதை அன்னம்.

அந் நேரத்திய மன நிலையிலும் அமுதவல்லிக்குச் சிரிப்பு வந்தது. வேதனைச் சிரிப்பு உகுத்தாள். 'பேயாவது பூதமாவது! மனிதர்களே பேயர்களாக மாறி வருகிற காலத்தில், பேய் என்று தனியாக ஒன்று திரியவா போகிறது" என்றாள்.

'இல்லை.குறிப்பிட்ட வேளைக்கு வருவது, வந்தது போல் மறைவது' என்றால் ....

'அன்னம், இதை முற்றும் ஆராயத்தான் வேண்டும். அது சரி, உனக்கு ஏன் இவ்வளவு நாழிகை?'

'நான் போன வேளையில் திருமாறன் வீட்டில் இல்லை யம்மா - எவ்வளவு நேரமானாலும் காத்திருந்து கடிதத்தை அவர் கையில் தரவேண்டும் என்று நீங்கள் கட்டளை யிட்டிருந்ததால்..' என அன்னம் விளக்கமாகக் கூறத் தொடங்கவும் பெரியவள் பொறுமையிழந்து போதும் போதும்!" என்று சிடுசிடுத்தாள்.

சட்டென்று, அன்னம் எதிர்பாராத சமயத்தில் அவள் எதிர் பார்க்க முடியாத கேள்வியைத் தூக்கி எறிந்தாள் அமுதம். 'ஏய் அன்னம்,என் கடிதத்தை நீ ஆந்தையிடம் வேறு காட்டினாயா?'

அன்னம் பதறிவிட்டாள். 'நான் ஏன் அம்மா ஆந்தை யிடம் காட்டப் போகிறேன்? அந்த ஆந்தை திருமாறன் வீட்டிலேயே குடியிருக்கிறது என்பதை நான் இன்றுதான் அறியமுடிந்தது..... இப்பொழுது அமுதவல்லி திகைப்படைந்தாள். இது என்ன கதை?' என்றாள்.

'பொய் இல்லை அம்மா. நானாகவே சொல்லத் தொடங்கினேன். நீங்கள் கட்டளையிட்டதனால்தான் பேச்சை நிறுத்தினேன்' என்ற முன்னுரையோடு ஆரம்பித்து, அவள் அறிந்ததை - அனுபவித்ததை - எடுத்துச் சொன்னாள்.

ஓகோ! ஆந்தை, மாறனின் கையாள்தான் என்று சொல்லு. அவன் முயற்சி பலிக்காமல் போனதால்தான், திருமாறனே இங்கு வந்திருக்கிறார். இல்லையெனில்

அந்த மகாப் பெரியவர் நம் வீடு தேடி வரவாபோகிறார்? என்று கசப்புடன் மொழிந்தாள் அமுதம்.

பொழுது ஊர்ந்து சென்றது. மாலை தேய்ந்து அந்திக் கருக்கலும் ஆயிற்று.

அமுதவல்லியும் அன்னக்கிளியம் பலகணிகளின் பின் மறைந்து தோப்பின் பக்கமே பார்வை பதித்து நின்றனர்.

நேரம் மிக மெதுவாய் ஊர்ந்ததாகத் தோன்றியது. இருள், உலகைக் கவியும் கருந்திரை என இறங்கிக் கொண்டிருந்தது. பொருள்களும் மரங்களும் கட்டிடங் களும் அதனதன் தனித் தன்மையை இழந்து மொத்தக் கருமையாய் மாறிவிடவில்லை இன்னும்.

'அதோ! அதோ' என்றாள் அமுதவல்லி. அவள் சுட்டிய திக்கிலே, தோப்பில் மரங்களினூடே, ஒரு பெரிய மரத்தின் கீழே- குள்ளமாய்ப் பருமனாய், ஆடி அசையும் நடையுடைய ஓர் உருவம் சிறு மூட்டை ஒன்றை வைத்து விட்டு கின்றது. பிறகு திருப்பிப் பாராமலே அமுதவல்லி யின் வீட்டை நோக்கி வந்தது.

உடனேயே வேறோர் உருவம்- 'இதுதான் நான் காலை யிலும், நண்பகளிலும் பார்த்தது' என்று தலைவி சொன்னாள் - சிறிது உயரமாய், ஒல்லியாய்த் தோன்றியது. வெள்ளை ஆடையால் மூடி முக்காடிட்டுக்கொண்டு வந்தது; மூட்டையை எடுத்து மறைத்தபடி தோப்பினுள் சென்று மறைந்து விட்டது.

'பயமாக இருக்கிறது அம்மா!' என்றாள் அன்னம்.

'என்னடி பயம்? இரண்டும் மனித உருவங்கள்தான். இவர்கள் யார் என்று நாளைக்கே நான் கண்டுபிடிக்காமல்

விட்டுவிடுவேனா என்ன?' என்று உறுதி தொனிக்கும் குரலில் சொன்னாள் அமுதவல்லி.

13. எயில் ஊர் ஆந்தை

வண்ணப் புறாவாம் அன்னக்கிளி இனிமேல் தன்னிட மிருந்து தப்ப முடியாது என்று எண்ணிய எயில் ஊர் ஆந்தையே எதிர்பாராத வகையில் அறைக்குள் அடைபட நேர்ந்ததும், முதலில் அவன் ஆத்திரம் கொண்டான். திருமலைக் கொழுந்து திடீரென்று அங்கு முளைத்தது எப்படி என்று அவனால் விளங்கிக்கொள்ளவே இயலவில்லை. அதைப் புரிந்துகொள்ளும் நிலையிலும் அவன் இல்லை.

ஆந்தைக்குத் திருமலையிடம் அச்சம் இருந்தது. அவனைத் திடுமெனக் கண்டதும் ஆந்தை குழப்பமுற்ற தற்குக் காரணம் உண்டு.

எயில் ஊர் ஆந்தை கொற்கைப் பட்டினத்துக்கு வருவதற்கு முன்னர் மதுரையில் பாண்டியர் அரசரவையில் பணி புரிந்து வந்தான். அங்கே பயங்கரமான குற்றம் ஒன்றைச் செய்துவிட்டு, தப்பி ஓடி ஒளிந்தான். ஆந்தையை எங்கு கண்டாலும் பிடித்துப் பாண்டியன் முன்கொண்டு நிறுத்த வேண்டும்; அவன் அவ்விதம் பிடிபடாது போயின் அவனைக் கொன்றுவிடவேண்டும் என்ற கட்டளை இருந்தது.

ஆந்தை மிகவும் திறமையாகக் காடுகளிலும் மலைக் குகைகளிலும் - வேறு எங்கெங்கெல்லாமோ - பதுங்கி வாழ்ந்து வந்தான். கொற்கையில் அவனது குற்றம் பற்றிய செய்தி எட்டவில்லை என்று தெரிந்து கொண்டதும், அவன் அங்கு தலைநிமிர்ந்து நடந்தான். அரச குடும்பத் தினருக்கு அவனுடைய உதவி தேவையாகத்தான்

இருந்தது. அமுதவல்லி அவனுடைய திறமையையும் உழைப்பையும் அவ்வப்போது பயன்படுத்தி வந்தாள்.

சடையவர்ம பாண்டியனது தேவியின் முத்துமாலையை அடைவதற்கு அமுதவல்லி செய்த சூழ்ச்சியில் ஆந்தைக் கும் முக்கிய பங்கு உண்டு. அவன் அமுதவல்லியை மிரட்டி, அடிக்கடி பணம் பெற்றுச் சுகமாக வாழலாம் என்று ஆசைப்பட்டுக் கொண்டிருந்தபோது, மதுரையிலிருந்து வந்த வீரன் ஒருவன் அவனை இனம் கண்டு விட்டான். அவ் வீரன் தனது உறைவிடத்தைப் பாண்டியனின் ஆட்களுக்கு அறிவித்து, தன்னை வேட்டையாடும்படி தூண்டி விடக்கூடும் எனும் அச்சம் ஆந்தைக்கு ஏற்பட்டது.

தனது திட்டத்தில் தனக்கு உடந்தையாக இருந்த ஆந்தை சிறிது காலம் எங்கேனும் தலை மறைவாக இருந்தால் நல்லது என்றே அமுதவல்லியும் கருதினாள். ஆகவே, அவன் ஒரு கப்பவில் யாத்திரை போவதாகக் கூறியதும் அவள் அவனுக்குப் பொருள் உதவி செய்தாள். உடனடியாக அவள் அவனை மறந்தும் விட்டாள். உல்லாசத்தையும் இனிமைகளையும் பற்றி மட்டுமே எண்ணியும் கனவு கண்டும் பொழுதுபோக்க அவாவுறுகின்ற சிங்காரியின் உள்ளத்திலே கசப்பான நினைவுகளுக்கு இடம் ஏது?

ஆந்தை இடைக்காலத்தில், கடலோடிகளோடு ஒரு கடலோடியாக வாழ்ந்தான். அந்தக் கஷ்டமான பிழைப்பில் அவனுக்கு அலுப்பு ஏற்பட்டது. முத்து வியாபாரி கொற்கை செல்வதாகச் சொன்னதும், அவனுக்கு உதவி புரிவதாகக் கூறிக்கொண்டு ஆந்தையும் அவனோடு வந்து சேர்ந்தான்.

அவன் கடல் மீதே பல மாதங்களைக் கழிக்க நேரிட்ட தாலும், அவன் பணிபுரிந்த மரக்கலம் தொலை தூரங்களில் சஞ்சரித்துக் கொண்டிருந்ததனாலும், சடையவர்ம பாண்டி யன் இறந்துவிட்டதை ஆந்தை அறிந்தானில்லை. அமுத வல்லியின் முத்துமாலை நினைவில் பளிச்சிட்டதும்தான் அவளுடைய சதிச் செயலை மன்னனிடம் அறிவித்துப் பொன்னும் பொருளும் பெறலாம்; அமுதவல்லியை மிரட்டி அவளிடமிருந்தும் பொருள் பறிக்கலாம் என்று அவனது நரித்தன மூளை ஆசை விதைத்தது.

அமுதவல்லியை இரவிலே கண்டு மிரட்டியபோது அவள் அஞ்சி நடுங்காததன் உண்மைக் காரணத்தை ஆந்தை மறுநாள்தான் புரிந்து கொள்ள முடிந்தது. சடைய வர்மன் உயிருடன் இல்லை; அவளைக் கண்டிக்கவோ தண்டிக்கவோ அங்கு எவருமில்லை என்பதை அவன் தெரிந்து கொண்டான். எனவே அவளிடமிருந்து முத்தாரத்தைக் களவாட வேண்டும்; அது தவிர வேறு வழியில்லை என்று தீர்மானித்திருந்தான் அவன்.

இரவு வேளையில் மீண்டும் அமுதவல்லி வீட்டுக்குச் செல்லவேண்டும் என்று முடிவு செய்த ஆந்தை திருமாறனைக் கண்டு பேச வந்தான். அமுதவல்லியிடம் சடைய வர்மனது தேவியாரின் முத்துமாலை இருக்கிறது என்ற உண்மையை அவன் கூறாமலே அறிந்திருந்தார் திருமாறன். அவளைச் சந்திக்கும் எண்ணத்தோடு அவர் கிளம்பிய தருணத்திலேதான் ஆந்தை அவரிடம் வந்து சேர்ந்தான். முத்து வியாபாரம் பற்றி முக்கிய விஷயங்கள் பேச வேண்டும் என்றான்.

எயில் ஊர் ஆந்தையைத் திருமாறன் ஓர் சிறிது அறிவார். 'காத்திரு, நான் அவசரமாக அமுதவல்லிப் பிராட்டி

இல்லம் செல்ல வேண்டியிருக்கிறது. திரும்பி வந்ததும் பேசுவோம்' என்று சொல்லிச் சென்றார் அவர்.

காத்திருந்த ஆந்தை திருமாறனின் பெரிய வீட்டின் அறை தோறும் எட்டிப் பார்த்துப் பொழுது போக்க முன் வந்தபோதுதான் முத்துக்கள் குவித்து வைக்கப்பட்டிருந்த அறையைக் கண்டான். அழகியைக் காணச் சென்ற பெரியவர் விரைவில் வீடு திரும்ப மாட்டார் என்று அவன் மனம் அறிவித்தது. ஆசை தூண்டியது. அவன் எப்படியோ சில சாவிகளைத் தேடிப்பிடித்து அந்த அறைகளைத் திறந்து உட்புகுந்தான். அவனுக்கு ஏற்பட்ட மகிழ்ச்சிப் பெருக்கில் அவனாகவே வாய்விட்டு ஏதோ சொல்லியிருக்க வேண்டும். அந்த ஒலிதான் சும்மா சுற்றி வந்த அன்னக் கிளியை அவ்வறையின் பக்கம் கவர்ந்திழுத்தது.

வெளியே காலடி ஓசை கேட்கவே, ஆந்தை கதவின் பின் பதுங்கிக் கொண்டான். அன்னக்கிளி முதல் அறைக்குள் யாரையும் காணாமல் இரண்டாவது அறைக்குள் அடி எடுத்து வைத்த சமயம், அவன் குபீரென்று வெளியே வந்து, கதவை இழுத்துப் பூட்டினான். தனது வெற்றியில் களிப்புற்று, தன்னையும் சூழ்நிலையையும் மறந்து நின்ற போதுதான் ஆந்தைக்கு அதிர்ச்சி தரும் வகையில் திருமலையும் மருதுவும் அங்கே வந்து சேர்ந்தார்கள். அவனே சிறைப்படவும் நேர்ந்தது.

அறைக்குள் சிக்கிய ஆந்தை வாளா இருந்துவிட வில்லை. எப்படி இருக்க முடியும் அவனால்? பெரியவர்களின் பெரிய வீடுகளில் மர்ம அறைகளும் இரகசிய வழிகளும் இருக்கும் என்பது அவனுக்குத் தெரிந்த விஷயம் தான். முத்துக்களையும் விலை உயர்ந்த பொருள்களையும் வைத்திருந்த அந்த அறை பாதுகாப்பு மிக்கதாய்த்தான் இருக்கும் என்றும் அவன் ஊகித்தான். முந்திய நாள்

ஆந்தையும் முத்து வணிகனும் வந்திருந்ததனால், மீண்டும் வியாபாரி வருவதாக வாக்களித்திருந்ததால், முத்துக்களையும் இதர மணிகளையும் தரம் பிரிப்பதில் திருமாறன் இரவின் பெரும் பொழுதைச் செலவிட்டிருக்க வேண்டும்; அயர்ந்த தூக்கம் கண்ணிமைகளை அழுத்தத் தொடங்கவும் அவர் எல்லாவற்றையும் அப்படி அப்படியே விட்டுச் சென்றிருக்க வேண்டும் என்று அவன் மனம் கூறியது. உண்மையும் அதுவே.

'எது எப்படி இருந்தால் என்ன? காற்றுள்ள போதே தூற்றிக்கொள்ள வேண்டும்' என்று அவனுடைய உள்ளுணர்வு உந்தியது. தற்காப்பு உணர்வு அவன் ஆற்றலுக்கு விழிப்பும் வேகமும் தந்தது. கள்ள வழி அவன் முன்னே திறந்து கொண்டது. போகிற போக்கில். அவன் அங்கு ஒரு பெட்டியிலிருந்த பொன் முடியையும் சிறிய வைர வாளையும் கண்டான். 'எரிகிற வீட்டில் பிடுங்கியது ஆதாயம் என்று கருதி உயிருக்காக ஓடும் சமயத்தில் அகப்பட்டதைச் சுருட்டிச் செல்வதே அறிவுடைமை எனச் செயலாற்றினான் ஆந்தை.

திருமலையின் பேச்சை விளையாட்டாக மதித்துவிட நினைத்த திருமாறன்,மதிப்பு மிக்க பொருள்கள் அடங்கிய பெட்டியைக் காணமுடியாமல் போனதும் ஓலமிட்டார். இருவரையும் ஓடிச் சென்று ஆந்தையைத் தேடச் சொன்னார். ஆட்களை ஏவினார். அவரும், குட்டியை இழந்து விட்ட பூனை மாதிரி, அலறியவாறே அங்குமிங்கும் அலைக் தார்.

திருமாறனும் மருதுபாண்டியனும் பருந்துப் பார்வை எறிந்து ஆராய்ந்தனர். சுரங்க வழி எங்கு கொண்டுபோய் விடுகிறது என்று கண்டு, அங்கிருந்து தேடத் துவங்கினர்.

ஆந்தை தப்பிச் செல்வதிலும் பதுங்கிக் கிடப்பதிலும் தேர்ந்தவன் என்பது அவ்விருவருக்கும் நன்கு தெரியும்.

'எயில் எனும் ஊரிலிருந்து வந்த ஆந்தை என்ற பெயருடைய அவன், பெரிய பெரிய கோட்டைச் சுவர்கள் மீதும் ஊர்ந்து செல்லும் ஆந்தைதான். இல்லையேல் மதுரையில் இருந்து மறைந்தவன் இவ்வளவு காலமும் எவர் கண்ணிலும் படாமல் வாழ்ந்திருக்க முடியுமா?' என்று திருமலைக் கொழுந்து குறிப்பிட்டான்.

முக்கிய இடங்களில் எல்லாம் தேடிய பிறகு இருவரும் துறைமுகத்தை அடைந்தனர். அங்கிருந்து புறப்படத் தயாராக இருந்த மரக்கலம் ஒன்றில் ஆந்தை போன்ற உருவத்தான் திடீரென்று எதன் பின்னோ மறைந்ததாக மருதுபாண்டியன் சொல்லவும், இருவரும் ஒரு படகில் ஏறி அம்மரக்கலத்தின் அருகே செல்வதில் ஆர்வம் காட்டினர். இதற்குள் திருமாறனின் ஆட்கள் கலத்தின் மீது ஏறியிருந்தார்கள்.

அப்பொழுதுதான் பிறர் எதிர்பார்க்க முடியாத செயல் நிகழ்ந்தது. ஆந்தை கலத்திலிருந்து கடலில் குதித்து வேகமாக நீந்தலானான். கரையை நோக்கி நீந்தாமல், எதிர்ப்புறமே சென்றான். பிறர் கண்ணெட்டும் தூரத்திலிருந்து அகன்று விட்டதும், அலையோடு நீந்திக் கரையில் வேறு எங்காவது ஏறிவிடலாம் என்ற நம்பிக்கையோடுதான் அவன் அவ்விதம் சென்றான்.

அவன் குதித்ததையும் கடல்மீது நீந்தித் தப்பி ஓட முயல்வதையும் கண்ட திருமலை தங்கள் படகை அவனை நோக்கிச் செலுத்தும்படி கட்டளையிட்டான்;

எப்படியும் ஆந்தையைப் பிடித்து விடலாம் என்ற உற்சாகம் அவனுக் கும் அவனைச் சேர்ந்தவர்களுக்கும் ஏற்பட்டது.

விம்மி விம்மி மேலுயர்ந்து பெரிதாகிப் பின் தாழ்ந்து, மீண்டும் பொங்கிப் பாய்ந்து, நுரைப் பூக்களை உலுக்கிப் பதுங்கித் தணிந்து, திமிர்கொண்டு எழுந்து, வெறி கொண்ட புரவிகள்போல் சாடும் அலைகளால் ஏற்றுண்டு. தள்ளுண்டு அவற்றோடு போராடி முன்னேறிக் கொண்டிருந்தான் எயில் ஊர் ஆந்தை.

ஒரு இடத்தில் வெள்ளிய அம்பு போல் ஒன்று பளிரிட்டது. வாலடித்தது. வளைந்து துள்ளியது.

'ஏய் சுறா!... சுறா மீன்!' என்று பலரின் கூவல்கள் எழுந்து ஒன்றாகிக் குழப்பின.

சுறா மீன் வேகமாக வந்தது.

ஆந்தை வேகமாகக் கைகளை வீசிவீசி நீந்திக் கொண்டிருந்தான்

சுறா அவனை வட்டமிட்டது.

அவன் கைகளையும் கால்களையும் உதைத்துக்கொண்டு அலையோடு எழுந்தான் தாழ்ந்தான்.

அவனிடமிருந்து ஒரு அலறல் பிறந்தது.

சுறா அவன் தொடையைக் கவ்வியது.

விட்டது.

கால்களில் ஒன்றை அழுத்தமாய்க் கவ்விப் பிடித்து அவனை உள்ளே உள்ளே இழுத்துச் சென்றது.

அங்கு ரத்தம் மிதந்து நீருடன் கலந்தது. அப்புறம் அங்கே ஆந்தை தென்படவேயில்லை. அலைகள் மட்டுமே கொந்தளித்துப் புரண்டு கொண்டிருந்தன.

திருமலை நெடுமூச்சுயிர்த்தான். அவனது படகு கரை நோக்கித் திரும்பியது.

14. திகைக்க வைத்த உண்மைகள்

திருமாறனின் திடீர் வருகையும், முத்துமாலை பற்றிய அவரது கோரிக்கையும், எச்சரிக்கையும், அமுதவல்லியின் உள்ளத்தில் குழப்பம் ஏற்படுத்தியிருந்தன. சுடு சட்டியில் விழுந்த உப்புக்கல் போல் சட படவென்று பொரிந்து தள்ளிவிட்டு அவர் அங்கிருந்து அகன்ற பிறகு வெகு நேரம் வரை அலங்காரி கவலை உருக்கொண்டவளாய் ஊஞ்சலில் சாய்ந்து கிடந்தாள்.

திடீரென்று அந்த முத்துமாலை மற்றவர்கள் எண்ணத்தில் இடம்பெற்று உறுத்தத் தொடங்கியிருப்பது வியப்புக் குரியதுதான். இரவிலே எயில் ஊர் ஆந்தை அம்மாலைக்காகப் போராடினான். இப்பொழுது திருமாறன் வந்து மிரட்டிவிட்டுப் போகிறார். ஆகவே, முத்துமாலைக்கு ஏதோ தேவை ஏற்பட்டிருக்கவேண்டும்' என்று அவள் எண்ணினாள்.

அந்த முத்துமாலையை அவள் அடைவதற்கு எவ்வளவு பாடுபட வேண்டியிருந்தது. எவ்வளவுதூரம் துணியவேண் டிருந்தது. அம் மாலைமீது அவளுக்கு ஏற்பட்ட ஆசையினால் அவள் பாபங்கள் பலவும் செய்யத் துணிந்தாளே! ஆசை மிகுதியோடு அடையப்பெற்ற முத்தாரத்தை அவள் அகம் குளிர அணிந்துகொள்வதற்கு அஞ்சினாள். ஓரிரு தடவைகள் வெளிப்படையாக அணிந்து மினுக்கியபோது பிறர் இயல்பாகவும் ஆச்சரியத்துடனும் அவளை நோக்கினார்கள். அவர்கள் தன்னைக் குற்றம் சாட்டும் பார்வை எறிவதாகவே அவள் மனம் குறுகுறுத்தது. முத்தாரம் தன்னுடைய உடைமையாகி விட்டதனால்

திருப்தி கொண்டு அமுதவல்லி அதைத் தன் பெட்டிக்குள்ளேயே வைத்து விட்டாள்.

இப்பொழுது ஆந்தையும், திருமாறனும் அவளுடைய ஆவலைத் தூண்டிவிட்டதால், அமுதவல்லி அந்த முத்து மாலையை எடுத்துத் தனது அழகிய கழுத்தில் அரைந்து கண்ணாடி முன் நின்று கண்டுகளிக்க வேண்டும் என்று ஆசைகொண்டாள்.

வசீகரம் பொருந்திய ஆடை அணிந்து, நன்றாகச் சிங்காரித்துக்கொண்டு, முத்து மாலையை எடுத்தாள். அதைக் கையில் பிடித்து அப்படியும் இப்படியும் அசைத்தும், தூக்கிப் பற்றியும் தூரத்தில் வைத்தும், கண்ணருகில் கொண்டுவந்தும் அழகு பார்த்தாள். புதிதாகக் கிடைத்த ஒரு பொம்மையை வைத்து அழகு பார்த்துக் குதூகலிக்கும் சிறு பிள்ளை மாதிரியே அவளும் நடந்துகொண்டாள்.

அவள் அதைக் கழுத்தில் அணிந்துகொள்ளப் போகின்ற தருணத்திலே, "அம்மா, அம்மா!" என்று பதற் றத்தோடு அழைத்துக்கொண்டு அன்னக்கிளி அங்கு வந்தாள். அமுதவல்லியின் கையிலிருந்த முத்துமாலையைக் கண்டு திகைத்து நின்றாள்.

'அழகாக இருக்கிறது அம்மா. ஆந்தை இதைத்தான் கேட்டானா?' என்று அவள் விசாரிக்கவும், தலைவியின் முகம் மலர்ச்சியைத் துறந்து கடுகடுப்பு ஏற்றது.

அவ்வேளையில் அன்னக்கிளி அங்கே அப்படிப் புகுந்ததை அவள் விரும்பவில்லை. அன்னம் ஆர்வத்தோடு முத்துமாலையைப் பற்றி வினவியது அவளுக்குப் பிடிக்க வில்லை.

'இப்போது எங்கே தீப்பற்றி எரிகிறது? ஏன் இப்படிக் கூவிக்கொண்டு ஓடிவந்தாய்?' என்று அவள் வெடுவெடுத்தாள்

முத்தாரம் பற்றிய வியப்பை ஒடுக்கிவிட்டு அன்னக் கிளி பரபரப்புடன் பேசலானாள்: 'அம்மா! அந்த மரங்களுக்கூடே புகுந்து, ஒரு மரத்தடியில் சிறு மூட்டையைக் கொண்டுபோய் வைப்பது யார் என்று தெரிந்துவிட்டது. உடனே நீங்கள் கீழே வந்தால் அவளைக் கையும் களவுமாகப் பிடித்துவிடலாம்...

'அவளா?' என்று திகைப்புடன் கேட்டாள் அமுதம்.

'ஆம் அம்மா. நம் இல்லத்தில் ரொம்ப காலமாக வேலை பார்த்து வருகிற கிழவி பொன்னம்மாதான்!

'என்ன பொன்னம்மாவா?' என்று பதறினாள் பெரியவள்.

இப்பொழுது மூட்டையை எடுத்துக்கொண்டு அவள் அங்கே போயிருக்கிறாள்.

அன்னத்தின் பேச்சைக் கேட்டபடியே, சாளரத்தின் வழியாக எட்டிப் பார்த்தாள் அமுதவல்லி. மரத்தடியில் சிறு மூட்டையை வைத்துவிட்டு நிமிர்ந்த உருவம் அவள் பார்வையில் பட்டது. உண்மையைக் கண்டுபிடிக்க வேண்டும் என்ற பரபரப்பு அவளைப் பற்றிக்கொண்டது. கையிலிருந்த மாலையைக் கண்ணாடி அருகே வைத்துவிட்டு அவள் அவசரம் அவசரமாகக் கீழே சென்றாள்.

அன்னக்கிளி அறையின் பக்கம் திரும்பிப் பார்த்தாள். முத்துமாலை அவள் கவனத்தைக் கவர்ந்தது. ஒரு நெடு மூச்செறிந்து அதைக் கவனித்துவிட்டு அவளும் தலைவியைப் பின்தொடர்ந்தாள்.

சிறிய மூட்டையை உரிய இடத்தில் வைத்துவிட்டுத் திரும்பிய, முக்காடிட்ட உருவத்தை அமுதவல்லி எதிர் கொண்டு நிறுத்திப், போர்வையைப் பற்றி இழுத்தாள். கிழவி பொன்னம்மாதான் அது.

தலைவியைக் கண்டு நடுநடுங்கிப் போனாள் கிழவி. தான் இவ்வாறு தலைவியினால் கண்டுபிடிக்கப்படலாம் என்று அக்கிழவி எண்ணியவளே அல்ல. அமுதவல்லியின் திடீர்த் தோற்றமும் செய்கையும் அவளுக்கு அதிர்ச்சி தந்தன.

'இதென்ன நாடகம்?' என்று கடுகடுப்பாக வினவினாள் அமுதவல்லி.

அன்னக்கிளியும் இன்னும் பலரும் இதற்குள் அங்கு வந்து சூழ்ந்துவிட்டனர்.

'இங்கிருந்து என்ன எடுத்துச் சென்றாய்? ஏன் மறைந்து ஒளிந்து பதுக்கி வைத்தாய்? அங்கு வந்து அதை எடுத்துச் செல்வது யார்?" என்று கேள்விக் கணைகளை வீசினாள் தலைவி.

'நான் பெரிய குற்றம் எதுவும் செய்யவில்லை அம்மா' என்று அழுது புலம்பினாள் கிழவி.

'பெரிய குற்றமோ, சிறிய குற்றமோ-அதை நான் அல்லவா முடிவுகட்ட வேண்டும்?' என்று மொழிந்தாள் அமுதம்.

அழுது கெஞ்சி நேரம் போக்கிய கிழவி, உண்மையை சொல்லாமல் தீராது என்ற நெருக்கடி எழுந்ததும், மனம் இல்லாமலே ஒப்புக்கொண்டாள்.

'நான் முடியவே முடியாது என்று அடம் பிடித்தேன். இப்படிச் செய்யக்கூடாது, அது தப்பு என்று எவ்வளவோ எடுத்துச் சொன்னேன். பாவிமகன் கேட்டானா?..."

"கதை அளக்காமல், ஒப்பாரி வைக்காமல், உள்ளதைச் சீக்கிரம் சொல்லு?" என்று அமுதவல்லி அடிக்கடி கட்டளையிடவேண்டியது அவசியமாயிற்று.

கிழவியின் மகன்தான் தோப்பில் பதுங்கியிருந்தான். அவனுக்கு வேளை தவறாது உணவு எடுத்துச் சென்று, மரத்தடியில் வைத்துவிட்டுத் திரும்புவதைக் கிழவி வழக்கமாகக் கொண்டாள். சில நாட்களாகத்தான் இது நடைபெறுகிறது - கிழவியின் பேச்சிலிருந்து அமுதவல்லியும் மற்றவர்களும் புரிந்துகொள்ள முடிந்தது இது

"அவன் ஏன் இப்படித் திருட்டுத்தனம் பயிலவேண்டும்?" என்று தலைவி கேட்டாள்.

கிழவி வாய் திறவாது நிற்கவும் அவளைக் காவலாட்களிடம் ஒப்படைத்து, கழுமரத்தில் கட்டிவைத்துப் புளிய மிலாறு கொண்டு அறை கொடுக்கும்படி கட்டளையிடப் போவதாகத் தலைவி பயமுறுத்தினாள். பொன்னம்மாள் உடனே அவள் காலில் விழுந்து ஊளையிடுவதுபோல் அழுகைக் குரல் எழுப்பினாள்.

'பின்னே என்ன? நன்றிகெட்ட முறையில் செயல் புரிகிறவளை எப்படி மன்னிப்பது? உள்ளதைச் சொன்னால் உன்னைச் சும்மா விட்டுவிடுவேன்' என்றாள் அமுதம்.

கிழவி நடுங்கியவாறே எழுந்து நின்று அவளைக் கை யெடுத்துக் கும்பிட்டாள். 'அம்மா! என்னை மன்னித்து விடுங்கள். என் மகன் என்ற பாசம் என்னை ஆட்டி வைக்கிறது. அவன் பசியால் வாடி வதங்கக் கூடாதே என்ற தாய்மை உணர்ச்சியால்தான் நான் அவனுக்கு அடிக்கடி உணவு கொண்டு கொடுக்கிறேன்; அவனை இங்கிருந்து ஓடிப் போகும்படியும் நான் அடிக்கடி சொல்லி வருகிறேன். வீண் கதையெல்லாம் ஏன்? அவன் என்ன குற்றம் செய்துவிட்டு இப்படித் தலை மறைவாக வசிக்கிறான்?'

கிழவி கண்களைத் துடைத்துக்கொண்டாள். விம்மினாள். 'அவன் இதுவரை குற்றம் எதுவும் செய்யவில்லை அம்மா' என்று முனங்கினாள்.

'பின்னே?' அமுதவல்லிக்குச் சினம் மூண்டெழிந்தது என்பதை வெடித்து உருண்ட அந்த ஒற்றைச் சொல்லே எடுத்துக் காட்டியது.

கிழவி மீது அவள் முகத்தைப் பரிதாபமாக நோக்கினாள். குழி விழுந்த கண்களில், ஒளி இழந்து கொண்டிருக்கும் சுடர்கள்போல், ஒடுங்கிக் கிடந்த விழிகள் அங்கு நின்றோர் அனைவரையும் தொட்டன; பின் அன்னக்கிளி படிந்தன. அவளை விட்டுப் பார்வையை எடுக்காமலே கிழவி சொன்னாள் 'எல்லாம் இந்தப் பெண்ணாலேதான்! என்று.

'எல்லோரும் திகைத்தனர். அன்னம் திடுக்கிட்டாள். இதென்ன அதிசயம்?' என்று கேட்பவள்போல் அமுதவல்லி அவளை ஏறெடுத்துப் பார்த்தாள்.

'அவனுக்கு அன்னக்கிளி பேரில் ஆசை; கொள்ளை ஆசை,தன்னைக் கல்யாணம் செய்துகொள்ளும்படி அவன் அவளிடம் ஒரு தடவை கேட்டான். இவள் மறுத்ததோடு அவனை அவமதித்து விரட்டினாள். அது முதல் அவன் இவளை எப்படியும் அடைந்து இவளுக்கு ஒரு பாடம் கற்பிக்க வேண்டும்' என்று உறுதி பூண்டிருக்கிறான்.

நேற்று இரவில் தோப்பில் மரத்தின் பின்னால் பதுங்கி நின்று மெதுமெதுவாக வீடு நோக்கி வந்தவன் உன் மக னாகத்தான் இருக்கவேண்டும். கதவின் பின்னால் இருளில் ஒண்டிக்கிடந்து ஆந்தையிடமிருந்து தப்பி ஓடிவந்த அன்னத்தைத் தூக்கிச் சென்றவனும் அவனாகத்தான் இருக்கவேண்டும்...

'இருக்கலாம் அம்மா. அது எனக்குத் தெரியாது...'

"இது பற்றி நீ ஏன் முன்பே என்னிடம் அறிவிக்க வில்லை?" என்று சீற்றம் காட்டினாள் தலைவி.

'என் மகன் தண்டனைக்கு ஆளாகக் கூடாதே என்ற கவலைதான் அம்மா?' என்று தீனக் குரலில் தெரிவித்தாள் தாய்.

அமுதவல்லி அவளை எச்சரித்து வைத்தாள். அவளைக் கண்காணிக்கும்படி தகுந்த நபர்களை ஏற்பாடு செய்தாள். இருட்டும் வேளையில் அவளுக்குப் பதிலாக வேறு ஆள் மூடி முக்காடு இட்டுக்கொண்டு மூட்டையோடு செல்ல வேண்டும் என்று உத்தரவிட்டாள். அதற்கு முன்னரே மூன்று காவலாட்கள் பிறர் சந்தேகிக்காத வகையில் சென்று தக்க இடங்களில் பதுங்கி நிற்கவேண்டும்; அவன் மூட்டையை எடுக்க வரும்பொழுது அவனைப் பிடித்துக்

கொள்ள வேண்டும்; அவனுடைய கைகளையும் கால்களை யும் கட்டி அவனைத் தூக்கி வந்து தனக்கு முன் நிறுத்த வேண்டும் என்று திட்டம் செய்தாள்.

இவற்றைக் கவனித்து முடித்ததும் அமுதவல்லி அவசரம் அவசரமாகத் தனது அறைக்குச் சென்றாள். அவள் பார்வை கண்ணாடியருகே சென்று மோதியது.

அவள் உள்ளத்தில் ஒரு பதைப்பு உண்டாயிற்று. 'ஆங்!' என்று கத்திய அமுதம் தன் கைகளால் கழுத்தைத் தடவிக் கொண்டாள்.

இல்லைதான்; நாலுவடம் முத்தாரத்தைக் காணவில்லைதான்!

15. மெல்லியல் வல்லியின் கல்நெஞ்சம்

'அன்னம்...ஏய் அன்னக்கிளி!'

அமுதவல்லியின் குரல் வீடெங்கும் அதிர்ந்தது. அதில் கோபம் கனன்று கொண்டிருந்தது.

அன்னக்கிளி எதிரொலி தருவதற்குள்ளே அது பலமுறை அதட்டும் தொனியாய், அலைபாய்ந்தது.

'பிராட்டியாருக்கு என்னவோ ஆத்திரம்' என்று பணி மகளிர் முனகிக்கொண்டனர். அன்னக்கிளி பாய்ச்சல் கடையில் படிகளைத் தாவி, தலைவியின் முன்வந்து நின்றாள்.

"என்ன அம்மா, என்ன வேண்டும்?" என்று கேட்பதற்காக அவள் வாய் திறந்தாள்.

அதற்குள் சுடுகின்ற சரமாகத் தெறித்தது அமுதத்தின் பேச்சு. 'ஏய் அன்னம், எங்கே அந்த முத்தாரம்?' என்று சீறினாள் பெரியவள். அன்னக்கிளிதான் அதை ஆசையோடு எடுத்து மறைத்து வைத்திருக்கிறாள் என்று தலைவி கருதி, அவளைக் குற்றம் சாட்டுகிற தோரணையில் ஒலித்தது அது.

அன்னக்கிளி உண்மையாகவே பதறிவிட்டாள். முகம் கலவரத்தைக்காட்ட அவள் 'எனக்குத் தெரியாதே அம்மா!' என்றாள்.

"கள்ளி! என்னிடமே உன் வேலைகளைக் காட்டத் துணிந்துவிட்டாய். அப்படித்தானே?" என்று கேட்டபடி

அமுதம் அன்னத்தைப் பார்த்த பார்வையில் குளுமை இல்லை.ஆற்றல் இருக்குமானால் எதிரே நிற்பவளை எரித்து நிறு ஆக்கிவிடக்கூடிய அளவு குமைந்த உள்ளத்தின் கொதிப்பு அவள் விழிகளில் சுவாலையிட்டது.

நீதானடி இந்த அறைக்குள் கடைசியாக வந்தாய்? தோப்பில் நிகழும் அதிசயத்தை என்னிடம் கூறுவதற்கு வந்த நீ என் கையிலிருந்த முத்து மாலையை ஆசையோடு கவனிக்கவில்லை? அதைப்பற்றி என்னவோ கேட்டாயேடீ? நான் அதைக் கண்ணாடியின் முன் வைத்துவிட்டு வெளி யேறியதும் நீதானே இங்கிருந்தாய்? சிறிது நேரம் சென்ற பின்தானே நீ கீழே வந்தாய்?...'

உருண்டு புரளும் இடிகளைப்போல் சொற்களை உருட்டினாள் தலைவி.அச்சம் மீதுறப்பெற்று, செயல் திறம் இழந்து, வெலவெலத்து நிற்கும் சிறு பெண்போல, அன்னக்கிளி கைகளைப் பிசைந்துகொண்டு நின்றாள். அவளது அழகிய விழிகள் நீர்க்குளம் ஆயின.

'நீலிக்குக் கண்ணீர் நிமையிலே என்பது சரியாகத் தான் இருக்கிறது. முத்து மாலையை என்னிடம் கொடுத்து விடு அன்னம். உனக்கு வேண்டுமானால் வேறொரு முத் தாரம் தருகிறேன்" என்றாள் அமுதவல்லி.

'என்னிடம் முத்துமாலை இருந்தால் அல்லவா அதை நான் தரமுடியும்? நான் மாலையைப் பார்த்ததும் உங்களிடம் அது பற்றிக் கேள்வி கேட்டதும் உண்மை. உங்கள் பின்னாலேயே நானும் வந்து விட்டேன். மாலையைப் பற்றி நான் எதுவும் அறியேன்' என்று உருக்கமான குரலில் அன்னம் கூறினாள்.

அதை அமைதியாகச் செவி மடுக்கச் சித்தம் கொள்ளாத தலைவி சீறிப்பாய்ந்தாள்.'என்னைப் பொய்சொல்லி என்று பழிக்கிறாய் இல்லையாடி? நீ எடுக்கவில்லை என்றால் வேறு யார் அதை எடுத்திருப்பார்கள்? இந்த அறைக்குள் நுழைவதற்கு வேறு எவருக்குத் துணிச்சல் உண்டு இந்த வீட்டிலே?

"நான் எடுக்கவில்லை அம்மா..."

"பின்னே அது மாயமாக மறைந்தா போய்விட்டது? அல்லது சிறகு முளைத்துப் பறந்து விட்டதோ?"

'எனக்குத் தெரியாதம்மா!'

அமுதவல்லியின் ஆத்திரம் அவளது அறிவுக்குத் திரையிட்டது. அவள் தனது பெருந் தன்மையைத் துறந்தாள். அன்னக்கிளியின் அருகில் சென்று "என்னடி பதிலுக்குப் பதில் பேசிக்கொண்டு? அவ்வளவு ஆணவமா உனக்கு?" என்று அவள் கன்னத்தில் ஓங்கி அறைந்தாள். தொடர்ந்து வந்த பேச்சு பெரியவளின் சின்னத்தனத்தை அம்பலப்படுத்துவதாக அமைந்தது.

"சில நாட்களாகவே உன் போக்கில் எனக்கு நம்பிக்கை இல்லை. திருமாறன் கூறியதுகூட உண்மையாக இருக்குமோ என்னவோ! அவருக்கு நான் உன்மூலம் அனுப்பிய கடிதத்தை நீயே ஆந்தையிடம் காட்டியிருக்கலாம்..."

அன்னக்கிளி திடுக்கிட்டாள். 'அம்மா! வீண் பழி சுமத்தாதீர்கள்' என்று இதயத்தைத் தொடக்கூடிய உணர்ச்சிகரமான குரலில் அலறினாள்.

ஆயினும் அமுதவல்லியின் உள்ளம் கல்லாகத்தான் இருந்தது. அன்னக்கிளியின் இதயத்தைக் குத்திப் புண்ணாக்க வேண்டும். அந்த அபலைப் பெண்ணை அழ அழ வேதனைப்படுத்தி மகிழ்வடைய வேண்டும் என்று பெரியவள் ஆசை கொண்டதாகவே தோன்றியது. அவளது மனத்தின் இருண்ட ஆழத்திலே அத்தகைய வெறி நினைப்பு வெகு நாட்களாகவே உறங்கிக் கிடந்திருக்கவேண்டும். பொறாமை தான் அதன் அடிப்படையாகும்.

அவள் சொன்னாள்: 'ஆந்தையின் நட்பைப் பெறுவ தற்காக நீ அவ்விதம் செய்திருக்கலாம். இங்கிருந்து அவதி யுறுவதைவிட அவனோடு சேர்ந்து கடற் பிரயாணம் செய்து அயல் நாடுகளில் சுற்றித் திரியலாம் என்று நீ ஆசைப் பட்டிருக்கலாம். யார் கண்டது?"

'ஐயோ ஐயோ!' என்று புலம்பினாள் அன்னம். இது அநியாயமான பொய் என்பதை உங்கள் நெஞ்சே சொல்லும். வீணாக என்னைத் தண்டிக்காதீர்கள் அம்மா' என்று கெஞ்சினாள்.

'உனக்கென்ன! நீ அழகு ராணி. உன்னைக் கண்டதுமே எல்லோரும் கிறக்கம் கொண்டுவிடுகிறார்கள். உன் மனசைக் கவர்ந்த எவனுக்காவது அந்த முத்து மாலையைக் கொடுக்க நீ ஆசைப்பட்டிருக்கலாம்...'

'பொய்! பொய்!' என்று கத்தினாள் அன்னக்கிளி.

'இன்று பொழுது போவதற்குள் அந்த முத்துமாலை என் கைக்கு வந்து சேரவேண்டும். அதுவரை நீ என் முகத்தில் விழிக்காதே, போ!' என்று எரிந்து விழுந்த தலைவியின் பார்வையினின்றும் வேகமாக அகன்றாள் அந்தப் பேதை.

அமுதவல்லி படுக்கையில் சாய்ந்தாள். அவள் உள்ளத்தில் உணர்ச்சியின் குழப்பம். "அந்த மாலை எங்கே போயிருக்கும்? அன்னம் எடுக்கவில்லை என்றால் வேறு யார் எடுத்திருக்கக்கூடும்?' என்று அவள் மனம் அசை போட்டது.

அவளுக்குப் பிரியமான பூனைக்குட்டி ஒன்று வெளியேயிருந்து ஓடிவந்தது. விளையாட்டாக அது கண்ணாம் முன்னே தாவியது. கண்ணாடி இருந்த உயரமான இடத் லிருந்து கீழே குதித்தது.

அதன் இயக்கங்களை நோக்கியவாறு சாய்ந்திருந்த அமுதவல்லியின் உள்ளத்திலும் அசைவுகள் நெளிந்தன. 'ஒரு வேளை இந்தப் பூனை அப்பொழுதும் வந்து.இப்படிக் குதித்து விளையாடியிருக்குமோ? முத்துமாலையைக் கீழே தள்ளி இழுத்து எந்த மூலையிலாவது போட்டிருக்குமோ?' இப்படி எண்ணம் எழவும் அவள் அவசரமாகத் துள்ளி எழுந்தாள்.கீழே குனிந்து ஆராய்ந்தாள். அவள் ஏமாறவில்லை.

அந்த முத்துமாலை, வெளிச்சம் அதிகம் இல்லாத ஒரு இடத்தில், சுருண்டு கிடந்தது. அமுதவல்லி ஆனந்தத் தோடு அதை எடுத்துக்கொண்டாள். கண்களில் ஒற்றினாள். முத்தமிட்டாள். கழுத்தில் அணியாமலே மறைத்து வைத்தாள்.

'ஐயோ பாவம்! அன்னத்தை வெடுவெடு கோபித்துக் கொண்டேனே. அவள் அழுது உருகிப் போவாளே!' என்று அவளது உள்ளம் கசிந்தது.

'சரிசரி. அவள் ஒன்றும் வெல்லக்கட்டி இல்லையே, உருகிப் பாகாய் இளகிவிடுவாள் என்பதற்கு!அழட்டும்

அழட்டும். அழுவதும் நல்லதுதான்!" என்று அவள் மனத்தின் ஒரு பகுதி பேசியது.

அமுதவல்லி சீக்கிரமே அன்னத்தை அழைத்திருப்பாள். அதற்குள் அவள் கவனத்தை ஈர்க்கும் வேறு நிகழ்ச்சிகள் குறுக்கிட்டுவிட்டன.

வெளியே பரபரப்பும் கூச்சலும் எழுந்ததை உணர்ந்தாள் அமுதம். தொடர்ந்து, ஓர் ஆள் அவள் முன் வந்து நின்றான் நடந்ததை அறிவிக்க.

தோப்பில் பதுங்கியிருந்தவன் பிடிபட்டான். அமுத வல்லி ஏற்பாடு செய்த ஆட்கள் அவன் வரட்டும் என்று காத்திராமல், திறமையாகவும் தந்திரமாகவும் செயலாற்றி அவனைப் பிடித்துவிட்டார்கள்.

அமுதவல்லி அந்த ஆட்களைப் பாராட்டினாள். அவனைக் காண்பதற்காகக் கீழே வந்தாள். அவளைச் சேர்ந்தோர் அனைவரும் அங்கு கும்பலாய் மொய்த்து நின்றனர்.

பிடிப்பட்டவன் ஒரு பித்துக்குளிபோல - அரைவாசி அறிவு வளர்ச்சிபெற்ற மிருகம்போல - விகாரமான மனிதக் குரங்குபோல விசித்திரத் தோற்றம் உடையவனாகக் காணப் பட்டான். வெகு நேரம் வரை அவன் வாய் திறக்காமல் நின்றான். சிலர் அறை கொடுக்கவும், வேதனை தாளாமல் அலறிக்கொண்டு, உண்மையைக் கக்கினான்.

வேலைக்காரியின் மகனான அவனுக்கு அன்னக்கிளி மீது மோகம் ஏற்பட்டது. அவளை எப்படியும் அடைந்து விடலாம் என்ற நம்பிக்கையோடு அவன் தோப்பில் பதுங்கித் திரிந்தான். அவ் வீட்டின் அருகிலேயே வசிக்க அவன் ஆசைப்பட்டதற்கு வேறொரு முக்கிய காரணமும்

உண்டு. தனது ஆசைக் கிளியை அடிக்கடி கண்டுகளிக்க வாய்ப்புக்கள் ஏற்படும் அன்றோ?

அவன் கூற்றைக் கேட்டுப் பலரும் நகைத்தனர். அவனுக்காக அனுதாபப்பட்டனர் சிலர். உரிமையுடைய பணி மகளிர் சிலர் அன்னத்தைக் கேலிசெய்ய ஆசைப் பட்டனர். அவர்களது கழுத்து அப்படி இப்படி வளைந்தும், முகம் அங்கும் இங்கும் திரும்பியும், கண்கள் எங்கும் புரண்டும் பயன் இல்லாமல் போய்விட்டது. அன்னக்கிளி அங்கு காணப்படவில்லை. வெட்கம் அவளை வீட்டினுள் ஒரு மூலையில் முடக்கிப் போட்டிருக்கும் என்று எண்ணி, வரட்டும் வரட்டும்! எப்படியும் அவள் நம்மிடையே வந்து தானே ஆகவேண்டும்!" என்று உற்சாகமாக உரையாடிக் களித்தனர்.

அந்த அப்பாவியின் தலையை மொட்டையடித்து, கரும் புள்ளி செம்புள்ளி குத்தி, அவனைக் கழுதைமேல் ஏற்றி ஊரைச் சுற்றி வரச்செய்து, பிறகு நகரத்துக்கு வெளியே துரத்தும்படி கட்டளையிட்டாள் அமுதவல்லி.

அவன் தாய் எவ்வளவோ கெஞ்சினாள். அவனும் அழுது கெஞ்சிக் கும்பிட்டான். அலங்காரியின் மனம் மாறுவதற்கு மறுத்துவிட்டது.

16. இன்பக் கிளியானாள் அன்னக்கிளி

அன்னக்கிளி வெட்கம் மிகுதியால் அறையினுள் ஒடுங்கிக் கிடப்பாள் என்று மற்றவர்கள் எண்ணிக் கொண்டிருந்த வேளையில், அவள் கடலை நோக்கிச் செல்லும் தனி வழிகளைத் தேர்ந்து வேகமாகச் சென்றாள். எரிந்து புகையும் கெஞ்சும் அழுது அழுது சிவந்த கண்களும், சோகம் சூழ்ந்த முகமுமாய் அவள் சென்றுகொண்டிருந்தாள். அவளுக்கு எல்லோர் மீதும் வெறுப்பு ஏற்பட்டிருந்தது. தன் பேரில் அநியாயமாகக் குற்றம் சாட்டுகிற அமுதவல்லி மீது அவளுக்கு வெறுப்பும் ஆங்காரமும் எழுந்தன. எனினும், அபலையான அவளது கோபம் ஏலாத்தனத்தின் விளைவாகத் தானே இருக்க முடியும்! அமுதவல்லியை அவள் என்ன செய்ய இயலும்?

இத்தகைய மோசமான நிலையிலே அவள் வாழ நேர்ந்த தற்காக அவள் வாழ்வை வெறுத்தாள்; தன்னையே வெறுத்தாள். 'உயர் நிலையில் இருக்கிறோம் என்பதற்காக, இவள் நம்மை நம்பி வாழ வேண்டிய பெண்தானே என்பதற்காக அமுதவல்லி என்ன பழி வேண்டுமானாலும் சுமத்த முடிகிறது. அதைக் காரணமாக்கி அவள் என்ன தண்டனை வேண்டுமாயினும் தர முடியுமே! என்னை அவள் வீட்டை விட்டுத் துரத்துவாள். ஆந்தையும் வெறியனும், அவனைப் போன்றவர்களும் சுற்றித் திரிகிற இந்த உலகத்திலே நான் எப்படிப் பிழைக்க முடியும்...?'

அன்னம் அனல் மூச்சு உயிர்த்தாள். அவள் இந்த உலகத்தையே வெறுத்தாள், ஆகவே அவள் கடலை நோக்கி நடந்துகொண்டிருந்தாள் - அமைதியின்றிப் புரளுகின்ற மாக் கடலின் மடியிலே அடைக்கலம்

புகலாம் என்று. அவளை அறிந்தவர்கள் எதிர்ப்பட முடியாத பாதையைத் தேர்ந்து நடந்தாள் அவள்.

அதுவரை அன்னக்கிளியை வாழ்க்கைத் தீயில் புடம் போட்டுக் கருக்கிக்கொண்டிருந்த காலம், அவளது எதிர் காலத்தைப் பொன்மயமானதாய்த் தகதகக்கும்படி மாற்றி விடத் திட்டமிட்டிருந்தது என்பதை அவள் எவ்வாறு அறிவாள்? அன்றொரு நாள் மாலையிலே குதிரைமீது வந்த இளைஞனின் கண்ணோடு கண்கள் உறவாட ஏற்பட்ட வாய்ப்புதான் அவளது வளமான வாழ்வுக்கான பொன் உதயம் என்பதை அவளோ, அமுதவல்லியோ கணக்கிட வில்லைதான்.

ஆனால், சந்தர்ப்பம் அன்னக்கிளிக்கு கற்றுணையாய் நின்று அருள்புரிந்து வந்தது. இப்பொழுதும் அதுவே உதவி செய்தது.

துறைமுகத்தை அடுத்த திருப்பத்தில் அன்னக்கிளி வேகமாய்த் திரும்ப முயன்றபோது, அவளை மிதித்து மோதுவதுபோல் ஒரு குதிரை குறுக்கிட்டது. யாரது? சாகவேண்டும் என்றே வீட்டிலிருந்து கிளம்பினாயா?" என்று அதட்டிய குரல், நேரவிருந்த விபத்து தந்த அதிர்ச்சி யோடு மற்றோர் அதிர்ச்சியாக அவளை உலுக்கியது. அவள் முகம் முக்காடிட்டிருந்த துணிக்கு நடுவிலிருந்து வெளிறிய பகல் வேளைச் சந்திரன் போல் நிமிர்ந்து நோக்கியது.

"ஆ, அன்னம்!நீயா?" என்றான் திருமலைக் கொழுந்து. மிகுந்த திறமையோடு அவன் குதிரையை இழுத்துப் பிடித்து நிறுத்தியிருந்தான். இல்லையேல் குதிரையின் இரும்பனைய கால்கள் அந்த அபலைப் பெண்ணைக் கீழே தள்ளிப் புழுதியில் உருட்டி எடுத்து உருக்குலைந்த சிலையாக மாற்றியிருக்கும்

'என்ன அன்னம் இப்படியும் வரலாமா?" என்று கேட்டவாறு திருமலை குதிரையினின்று குதித்து அவளருகே வந்து நின்றான். பயத்தால் வெளிறியிருந்த அவள் முகத்தில் நாணம் சிவப்பேற்றியது. அவன் விரல்கள் அன்போடு அவள் மோவாயைப் பற்றவும், அவள் இதழ்களில் சிறு சிரிப்பு நெளிந்தது. கண்கள் ஒளி ஏற்று மின்னின.

நான் திடுக்கிட்டது விபத்து நேர்ந்திருக்குமே என்பதனால் மட்டுமல்ல. என் எண்ணத்தை உணர்ந்து சரியாகச் சொன்னது யாரோ என்ற திகைப்புத்தான் என்னை உலுக்கியது. உண்மை அதுதான். சாகவேண்டும் என்று தான் நான் கிளம்பினேன். கடலின் பயங்கர அலைகள் என்னை உருட்டிக் குலுக்கிச் சாகடிப்பதைவிட, உங்களுடைய குதிரையின் கால்கள் எனக்குச் சாவு தருவதை நான் பெரும் பாக்கியம் என்றே கருதுவேன்...

உணர்ச்சி அவள் பேச்சுக்குத் தடை விதித்தது. துயரம் அவள் தொண்டைக்குழியில் திரண்டு, அவளைப் பேசவிடாமல் தடுக்கவும் அவளது அழகிய கண்கள் கொதிக்கும் நீரைக் கொட்டும் அருவிகளாக மாறின. அவள் அவன் மார்பில் முகம் புதைத்துக்கொண்டு விம்மி விம்மி அழுதாள்.

எதையும் விளங்கிக்கொள்ள இயலாதவனாய் திருமலைக் கொழுந்து திகைப்புடன் நின்றான். அவனது ஒரு கரம் அவள் மெல்லுடலை ஆதரவோடு அணைத்து அவளுக்குப் பலம் தந்தது. ஒரு கரம் அன்போடு அவள் தலையை வருடியது. 'அன்பே! அன்னம்! அழாதே. உனக்கு நான் துணையாவேன். கவலைப்படாதே. நீ ஏன்

சாகவேண்டும்? வாழ வேண்டியவள் நீ. நீ நன்றாக, சுகமாக வாழத்தான் போகிறாய்? உன்னை நான் வாழ வைப்பேன்' என்று ஆறுதல் கூறினான்.

அவள் முகம் புத்தொளி பெற்றது. அவள் உள்ளத்தில் நிறைந்த புதிய உற்சாகமும் நம்பிக்கையும் தந்த புத்தழகோடு அவள் முகம் நிமிர்ந்து பார்த்தாள். அவளது இதழ்கள் முழு நகை காட்டின.

'இப்பொழுது என் அன்னக்கிளி எவ்வளவு அழகாக இருக்கிறாள்.ஆகா!' என்று மகிழ்வோடு அவள் கன்னத்தை விரல்களால் வருடிய திருமலை அங்கு உதடுகளால் அன்பு முத்திரை பதித்தான்.

அவளிடம் நடந்த நிகழ்ச்சிபற்றி ஒருவாறு கேட்டறிந்து கொண்ட திருமலை சிரித்தான். 'அமுதவல்லி வீண் பழி சுமத்தினாள் என்பதற்காக ஓடி ஒளிந்துவிட்டால், உன் மீது ஏற்பட்ட களங்கம் மறைந்துவிடுமா கண்ணே? நீதான் குற்றம் செய்திருக்கிறாய், அதுதான் தப்பி ஓடிவிட்டாய் என்று அவள் சாதிப்பதற்கு வசதியாகுமே' என்றான்.

'முக்கிய அலுவல் ஒன்று இருக்கிறது. அதை இதற்குள் மருதுபாண்டியன் முடித்திருப்பான். அவனைச் சந்திப்பதற்காகத்தான் நான் வேகமாய்ச் சென்று கொண்டிருந்தேன்' என்று கூறிய திருமலை அவளை முதலில் குதிரை மீது அமர்த்திவிட்டு, அவனும் ஏறுவதற்குச் சித்தமானான்.

அதற்குள்ளாக மருதுபாண்டியனும் இன்னும் பலரும் அந்த இடத்திற்கே வந்துவிட்டார்கள். "கடமையை மறந்து காதலில் இறங்கிவிட்டாயே?" என்று

கேட்பதுபோல், குறும்புத்தனம் ஒளிரும் பார்வையும் சிரிப்புமாக மருது தன் நண்பனை நோக்கினான்.

'இதோ, இந்த அன்னம் சின்ன வயசிலேயே சாவைத் தழுவக் கிளம்பிவிட்டாள். கடல், ஆந்தை போன்ற கயவர்களின் முடிவிடமாக இருக்கவேண்டுமே தவிர, இவளைப் போன்றவர்களின் புகலிடமாக அமையலாமா? நல்ல வேளையாக நான் குறுக்கிட்டேன். இவள் பிழைத்தாள்!' என்று திருமலை சொன்னான்.

நண்பன் சிரித்தான். 'நீ என்று இவள் முகத்தில் கண் பதித்து மதிமயங்கி நின்றாயோ, அத் தருணம் முதலே அவள் வாழ்வில் பொன்மயமான புதுமை உதயமாகி விட்டது!" என்றான். பிறகு தெரிவித்தான்.

திருமாறனின் ஆட்கள் மரக்கலத்திலும் இருந்திருக்கிறார்கள். எயில் ஊர் ஆந்தையைக் கண்காணித்து, வேளை வரட்டும் என்று காத்திருந்தனர்போலும். ஆந்தை கடலில் குதித்து விட்டதும் அவன் கலத்தில் வைத்திருந்த பொருள்களை அவர்கள் கைப்பற்றிக்கொண்டனர். அவர்களுக்கு முக்கியமான சிறு பெட்டியும் கிடைத்துவிட்டது. கலத்தின் தலைவனுக்கும் மாறனின் ஆட்களுக்கும் தகராறு பட்டது. நான் பாண்டிய மன்னனின் முத்திரைக் கணை யாழியையும் கட்டளை ஓலையையும் காட்டியதும் எல்லோரும் அடங்கி ஒடுங்கினர். வைர வாளும் பொன் முடியும் இருந்த பெட்டியை நான் கைப்பற்றிக்கொண்டேன். கலகம் செய்ய ஆசைப்பட்டவர்களை அடக்குவதற்கு, நாம் முன்னதாகவே ஏற்பாடு செய்திருந்த வீரர்கள் உதவியா யிருந்தனர். சம்பந்தப்பட்ட அனைவரையும் சிறைபிடித்து, உன் வருகைக்காகக் காத்திருப்பதைவிட, இளைய மன்னரை எதிர்கொண்டு வரவேற்கலாமே

என்று கிளம்பினேன். இளைய அரசர் தமக்கு ஒரு அரசியைத் தேடிக்கொண்டு விட்டதால், நான் இருவருக்கும் சேர்த்து வாழ்த்தும் வணக்கமும் அறிவிக்கிறேன்!'

மருதுபாண்டியனின் நீண்ட பேச்சு மற்றவர்களுக்கு வியப்பளித்தது. திருமலைக்கொழுந்து மதுரையிலிருந்து செங்கோலோச்சும் பாண்டியனின் இளவல் என்பதை அவர்கள் அப்போதுதான் அறிய முடிந்தது. எல்லோரும் பணிவுடன் வணங்கி வாழ்த்துக் கூறினார்கள்.

அன்னக்கிளிக்கு ஏற்பட்ட ஆச்சரியத்திற்கும் ஆனதத்துக்கும் ஓர் அளவே கிடையாது.

அவள் பெருமையோடும் பெருமகிழ்ச்சியோடும் திருமலையின் முகத்தை நோக்கிப் புன்முறுவல் பூத்தாள். அவனும் சிறுநகை காட்டி அன்போடு நோக்கினான்.

'அரசுக்கும் நாட்டுக்கும் துரோகம் இழைத்து வந்த திருமாறனைச் சிறை எடுக்கவேண்டும்.

'அவன் வீடு நோக்கிச் செல்வோம்' என்றான் திருமலை.

"அவன் தப்பி ஓடிவிடாமல் இருப்பதற்காக வீட்டைச் சுற்றிலும் காவல் காக்கும்படி நமது வீரர்களை ஏவி யிருக்கிறேன்" என்று மருது அறிவித்தான்.

'நன்றே செய்தாய் நண்பா' என்று திருமலை பாராட்டுரை வழங்கி முடித்தபோது, ஒரு ஆள் ஓடிவந்து சேதி சொன்னான்.

'அவரது ஆள் ஒருவன் மூலம் முன்னதாகவே எல்லா விவரங்களையும் திருமாறன் தெரிந்து கொண்டார். உயிரோடு சிறைப்பட்டு அவமானப்படுவதைக்

காட்டிலும் இறந்துவிடுவதே மேல் என்று அவர் தீர்மானித்துவிட்டார். மோதிரத்தில் உள்ள வைரக் கல்லைத் தூள் செய்து விழுங்கி விட்டதாகத் தெரிகிறது. மிகுந்த வேதனையோடு உயிர் துறந்தார் அவர்' என்று அவன் கூறினான்.

'மருது, எப்படியும் தப்பிவிட முடியும் என்று காட்டி விட்டான் திருமாறன்.அவன் ஒழிந்தது நல்லதே!' என்றான் திருமலை.

எல்லோரையும் அவரவர் கடமைகளைக் கவனிக்க அனுப்பிவிட்டு திருமலைக்கொழுந்து அன்னக்கிளியோடு அமுதவல்லியின் இல்லம் சேர்ந்தான். மருதுபாண்டியனும் அவனைத் தொடர்ந்தான்.

திருமலைக்கொழுந்துதான் மதுரைப் பாண்டியனின் இளவல் என்பதும், இதர விவரங்களும் அமுதவல்லிக்கு எட்டியிருந்தன. அவள் உற்சாகத்துடன் அவர்களை வரவேற்கக் காத்திருந்தாள். அவளே முந்திக்கொண்டாள்.

அன்னம், நீ என்னிடம் சொல்லாமல் எங்கே போய் விட்டாய்? உன்னை எங்கெல்லாம் தேடினோம் தெரியுமா? உனக்கு எனது வாழ்த்தாகவும் திருமணத்திற்காக என் அன்பளிப்பாகவும் முத்து மாலையை உன் கழுத்தில் என் கைகளாலேயே பூட்டிவிட விரும்புகிறேன். மாலை என் அறையில் படுக்கைக்குக் கீழே விழுந்து கிடந்தது. நமது பூனைதான் அதைத் தேடிக்கொடுத்தது. என்று கூறி, அமுதவல்லி கைகொட்டி கலகலத்தாள்.

அன்னக்கிளியின் உள்ளத்தில் இப்போது துயரத்தின் சிறு அணு கூட இல்லை. அவளே இன்பத்தின், மகிழ்ச்சியின், அழகின் பூரண உருவமாகி விட்டதுபோல் விளங்கினாள்.

அவள் அழகை அள்ளிப்பருகுவதில் அலுப்புகாணவே யில்லை திருமலையின் விழிகள்!

★★★

www.ingramcontent.com/pod-product-compliance
Lightning Source LLC
LaVergne TN
LVHW051102051026
849532LV00004BB/1404